மந்திரம்மாள்

(சிறுகதைகள்)

மேஜர் முருகன்

டிஸ்கவரி பப்ளிகேஷன்ஸ்
எண்: 9, பிளாட் எண்: 1080A, ரோஹிணி பிளாட்ஸ்,
முனுசாமி சாலை, கே.கே.நகர் மேற்கு,
சென்னை-600 078. பேச: 99404 46650

மந்திரம்மாள்
(சிறுகதைகள்)

ஆசிரியர்: மேஜர் முருகன்©

MANDHIRAMMAAL
Author : Major Murugan©

Printed at : Ramani Print solutions,
Triplicane, Chennai - 600 005.

First Edition : August - 2021

வெளியீட்டு எண் : 0019

ISBN : 978-81-953269-7-6

Pages : 80

Rs. 100

Publisher	Sales Rights
Discovery Publications	**Discovery Book Palace (P) Ltd**
No. 9, Plot,1080A,	No. 6, Mahaveer Complex,
Rohini Flats,	Munusamy Salai,
Munusamy Salai,	K.K.Nagar West,
K.K.Nagar West,	Chennai-600 078.
Chennai - 600 078.	Ph: (044) 4855 7525
Mobile: +91 99404 46650	Mobile: +91 87545 07070

discoverybookpalace@gmail.com
WWW.DISCOVERYBOOKPALACE.COM

இந்த நூலில் பிரசுரமாகியுள்ள எந்த ஒரு பகுதியையும் பதிப்பாளரின் எழுத்துபூர்வமான முன்அனுமதி பெறாமல் எடுத்தாள்வதோ, மறுபிரசுரம் செய்வதோ, மொழியாக்கம் செய்வதோ, அச்சு மற்றும் மின்னணு ஊடகங்களில் மறுபதிப்பு செய்வதோ, காப்புரிமைச் சட்டப்படி தடை செய்யப்பட்டுள்ளது. இந்த நூலிலிருந்து குறிப்பிட்ட பகுதிகளை மேற்கோள்காட்டி புத்தக விமர்சனம் செய்ய, ஊடகங்களுக்கு மட்டும் அனுமதி உண்டு.

உங்கள் மொபைல் போனிலிருந்து ஸ்கேன் செய்து 'டிஸ்கவரி புக் பேலஸ்' மொபைல் ஆப்பை டவுன்லோடு செய்து, புத்தகங்களை வாங்குங்கள்.

காணிக்கை

கி.ராஜநாராயணன் அவர்களுக்கும்

எனது பெற்றோர்

முத்தையா தேவர் - சண்முகத்தாய் ஆகியோருக்கும்

எனது மாமனார் ஆர்.டி.ராஜுவுக்கும்...

என்னுரை

நான் இந்திய ராணுவத்தில் 1990ஆம் ஆண்டு சேர்ந்து, முப்பது ஆண்டுகளாகப் பணியாற்றிவிட்டு கடந்த 2020ஆம் ஆண்டு விருப்ப ஓய்வு பெற்றேன். சிறுவயதில் துவங்கிய வாசிக்கும் பழக்கம் இன்று வரை தொடர்கிறது... அத்துடன், பல ஆண்டுகளாக அடிமனதில் ஏதோ ஓர் உறுத்தல், கண்ணில் தூசி விழுந்து உறுத்துவதுபோல இருந்துகொண்டே இருந்தது. பணியிலிருந்து ஓய்வு பெற்றதும் சிறு சிறு கதைகளை எழுதத் துவங்கினேன். அதன் பின்தான் தெரிந்தது உறுத்தலுக்குக் காரணம் என்னவென்று... சிறு சிறு கற்பனைகள் எழுத்துகளாகப் பிறந்த பின் கண்ணில் விழுந்து உறுத்திக்கொண்டிருந்த தூசி அகற்றப்படுவதுபோல ஓர் உற்சாக உணர்வு எழுந்தது. அந்தக் கற்பனைகள் இப்போது ஒரு முழு நூல் வடிவம் பெற்றதும் மனம் நிறைவடைந்தது.

இதற்காக நான் பலருக்கு நன்றி சொல்லக் கடமைப்பட்டுள்ளேன். நான் படித்த பள்ளிகளான இல்லத்துப் பிள்ளைமார் துவக்கப் பள்ளி, வ.உ.சி. அரசினர் உயர்நிலைப் பள்ளி - கோவில்பட்டிக்கும், மற்றும் ஸ்போர்ட்ஸ் ஹாஸ்டல், செயின்ட் ஜான்ஸ் மேல்நிலைப் பள்ளி, செயின்ட் ஜான்ஸ் கல்லூரி - பாளையங்கோட்டைக்கும் எனது நன்றிகள்.

என்னைப் படிக்க வைத்த மூத்த அண்ணன் மு.ராஜேந்திரன், வாசிக்கும் ஆர்வத்தை எனக்குத் தாரை வார்த்த எனது இளைய அண்ணன் அட்வகேட் மு.ராமச்சந்திரன், எனது அருமை அண்ணன் மு.கணேசன் (இந்திய ராணுவம் - ஓய்வு), எழுதுவதற்கு ஊக்கமளித்த உடன் பிறவா அண்ணன் பாலகிருஷ்ணன் ஆசிரியர் ஆகிய அனைவருக்கும் எனது நன்றிகள்.

எனது இந்தச் சிறிய எழுத்து முயற்சிக்குப் பெரிதும் உறுதுணையாக இருக்கும், என்னை மகனாகப் பாவிக்கும் எனது மாமியார் மேரி ராஜு அவர்களுக்கும், எனது அன்பு மனைவி சாந்தி முருகன், எனது அன்பு மகள்களான சஹானா, கித்திகா ஆகியோருக்கும் என்றென்றும் எனது காதல் கலந்த நன்றிகள்.

இந்த ‘மந்திரம்மாள்’ சிறுகதைகள் தொகுப்பைச் சிறப்பான முறையில் வெளியிடும் ‘டிஸ்கவரி பப்ளிகேஷன்ஸ்’ உரிமையாளர் திரு மு.வேடியப்பன் மற்றும் அவரது குழுவினருக்கும் மனமார்ந்த நன்றிகள்.

அன்புடன்,

மேஜர் முருகன்

உள்ளே...

1. மந்திரம்மாள்	7
2. ஏழாம் பொருத்தம்	15
3. நீராம்பல்	21
4. நினைப்பதெல்லாம் நடந்துவிட்டால்...	23
5. செஞ்சோற்றுக் கடன்	27
6. குழந்தைகளும் குருக்கள்தாம்	34
7. மனிதாபிமானம்	40
8. இருக்கும் இடத்தை விட்டு...	49
9. லுங்கி	56
10. பொய்மையும் வாய்மையிடத்து...	61
11. ஜன்னலோரக் கதவில் சத்தம்!	74

மந்திரம்மாள்

மதுரையில் ரயில்வேயில் கார்டாகப் பணிபுரியும் நானும், தனியார் பள்ளியில் ஆசிரியையாகப் பணிபுரியும் என் மனைவி சாந்தாவும் அன்று கந்த சஷ்டி என்பதால் வீட்டிலே பூஜைக்கான ஏற்பாடுகளைச் செய்து கொண்டிருந்தோம், வழக்கமாக மாலை ஆறு மணிக்கு வேலை முடித்து வீட்டுக்குச் செல்லும் வேலைக்காரி முத்தம்மாள் ஐந்து மணிக்கெல்லாம் என் மனைவியிடம்,

"அம்மா, நான் இன்னைக்கு சீக்கிரம் வீட்டுக்குப் போகணும்" என்றாள்.

மனைவி சாந்தா மறுப்புச் சொல்லும் பெண்ணல்ல, இருந்தாலும் ஏதாவது பிரச்னை என்றால் உதவலாமே என்பதற்காக,

"என்ன விசயம்..? எதுனா பிரச்னையா?" என்றாள்.

"இல்லம்மா, என் பொண்ணு எங்கியோ எதையோ பார்த்து பயந்திருக்காபோல, ரெண்டு நாளா பித்துப் பிடிச்சமாதிரி இருக்கா. அதான்... எங்க வீட்டுப் பக்கத்துல ஒரு வயசான அம்மா இருக்காங்க, அவங்க மந்திரிச்சி விடுவாங்க. அங்க கூட்டிக்கிட்டுப் போகணும்..." என்றாள்.

நல்ல நாளும் பொழுதுமாய் வந்து வேலை செய்திருக்கிறாளே என்று ஒரு 200 ரூபாயை அவளிடம் கொடுத்து,

"சரி... பார்த்துப் போ" என்றாள்.

முத்தம்மாள், "மந்திரிச்சு விடுற ஒரு அம்மாகிட்ட போகணும்" என்றதும், என் மனைவியைப் பார்த்து ஒரு நமட்டுச் சிரிப்புச் சிரித்தேன்.

முத்தம்மாள் வெளியே போனதும், "என்ன சிரிப்பு உங்களுக்கு, வயசு ஐம்பதாகுது, கொழுப்பு கொஞ்சமாவது குறையுதா பாரு..." என்று கையில் வைத்திருந்த ஏதோ ஒன்றை வைத்து அடிப்பதுபோல் பாவனை செய்தாள்.

"ஏய்... ஒண்ணுமில்லடி..." என்று சொல்லிக்கொண்டே பின் வாங்கினேன்.

என் நினைவுகள் நாற்பது வருடங்கள் பின்னோக்கிச் சென்றன...

அப்போது எனக்கு பத்து வயது இருக்கும், எனக்கு ஒரு அத்தை இருந்தாங்க எங்க அப்பாவுக்கு ரெண்டு வயசு இளையவங்க. அவங்க பேரு மந்திரம்மாள், எங்க அப்பா பேரு மந்திர மூர்த்தி. எங்க குல தெய்வம் பேரு மந்திர மூர்த்தி அதனால மந்திரம் அப்படிங்கிறது ஆம்பளையா இருந்தாலும் சரி பொம்பளைங்களா இருந்தாலும் சரி அவங்க பேரோட ஒட்டியிருக்கணும் இல்லேன்னா சாமி குத்தம் ஆகிவிடும் என்பது ஐதீகம். எங்க அப்பா இந்த பேரால சின்ன வயசுல ரொம்ப கஷ்டப்பட்டிருக்காரு.

பசங்க எல்லோரும், "டேய்... மந்திரவாதி வந்துட்டான்டா, டேய் மந்திரவாதி எங்கடா போறே, டேய் மந்திரவாதி இங்கவாடா..." என்று கிண்டலடிப்பார்களாம்.

"டேய், மூர்த்தின்னு கூப்பிடுங்கடா, ஏண்டா தொல்லை பண்ணுறீங்க..?" என்று கெஞ்சினாலும் கேக்க மாட்டார்களாம்.

அப்புறம் காலப்போக்குல ஒரு வழியா பேர மாத்திட்டாங்களாம் எங்கப்பா. அப்போதெல்லாம் பள்ளிக்கூடத்தில் பேர மாத்துறது பெரிய விஷயமே இல்ல. இப்ப மாதிரி அஃபிடவிட், ரெண்டு தேசிய செய்தித்தாள் விளம்பரம் அப்படி இப்படின்னு எதுவும் தேவையில்லை. வாத்தியாருக்கு நல்ல பிள்ளையா இருந்தா போதும். வாத்தியாரு எல்லாருக்கும் உதவி செய்வாங்க. எங்க அப்பா நல்ல பையனா இருந்ததுனால

(எல்லா அப்பாக்களும் தன் பிள்ளைங்ககிட்ட இப்படித்தான் பொய் சொல்லிக்கிட்டு திரியுறாங்க) வாத்தியார், மந்திர மூர்த்தி அப்படிங்குற பேருல இருந்த மந்திரம்கிறத நீக்கிவிட்டு, மூர்த்தின்னு வச்சிட்டாரராம். ஆக மொத்தத்தில் மந்திரவாதியாக இருந்த எங்கப்பா மனுசனா மாறிட்டாரராம் பள்ளிக்கூட பதிவேட்டில. ஆனா, பசங்ககிட்ட மாத்துரத்துக்குத்தான் ரொம்ப நாளா ஆச்சாம். அப்பா சொல்லுவாரு.

ஆனா, எங்க அத்தைக்கு அந்த பேருதான் பிடிச்ச பேராம். அத்தைக்கு கல்யாணமாகி ஒரு பெண் குழந்தை இருந்துச்சு மாமா வேலை வெட்டியில்லாம சண்டியர்தனம் பண்ணிக்கிட்டு சுத்திக்கிட்டிருப்பார், அத்தை எப்படி சாமி கொண்டாடி ஆகிட்டா அப்டிங்கிறதெல்லாம் எனக்கு தெரியாது. இதெல்லாம் நான் பிறக்கிறதுக்கு முன்னாடியே நடந்துட்டு.

எனக்கு விவரம் தெரிய ஆரம்பிச்சதிலிருந்து அத்தைய பார்க்கும்போது ஜடை வளர்த்து மூஞ்செல்லாம் மஞ்சள் பூசி, கழுத்து நெறய ருத்திராட்ச மாலையை போட்டுக்கிட்டு, பெரிய திருநீறு பட்டையப் போட்டு அதுக்கு மேல சந்தனம் வச்சு, அதுக்கு மேல ஒரு பெரிய குங்கும பொட்டு வச்சு, வெத்தலையை போட்டு வாயெல்லாம் செவப்பா பெரிய கண்ணோட தெருவுல போனாங்கன்னா பொம்பளைங்க, ஆம்பளைங்க எல்லாரும், ‘வாங்க சாமி, வாங்க சாமி’ன்னு வணக்கம் சொல்லுவாங்க. புதுசா யாராவது குழந்தைங்க பார்த்தாங்கன்னா பயந்து அழ ஆரம்பிச்சுடுவாங்க. எனக்கு பயமெல்லாம் இருந்தது இல்ல. சின்ன வயசுல இருந்து அவங்க மடில விளையாண்டு வளர்ந்ததால, அத்தை என்ன கடைக்கெல்லாம் கூட்டிட்டுப்போயி தின்பண்டம் எல்லாம் வாங்கிக் கொடுப்பாங்க.

ஆடி மாசம் வந்துட்டா வீட்டுக்குப் பக்கத்தில இருக்கிற எல்லா கோயிலுக்கும் பூசாரிக்கு அடுத்தபடியா அத்தைதான். கோயில் விழாக் குழுவெல்லாம் கோயில் திருவிழா பத்தி முக்கிய முடிவுகள் எல்லாம் அத்தையையும் கலந்துகிட்டுதான் செய்வாங்க. ஆடி மாசம் முடியும் வரை அத்தை எல்லா கோ யில்களிலும் சாமி ஆடி தீர்த்துருவாங்க.

அக்னி சட்டி எடுத்து ஊரெல்லாம் சாமி வலம் வரும்போது, அம்மா என்னையும் அத்தை கூடவே கூட்டிக்கிட்டு போவாங்க,

ஊர்வலம் முடிஞ்சு கோயிலுக்கு வந்து சாமி மலையேறுறதுக்கு முன்னாடி ஒரு அருள் வந்து நாக்கைத் துறுத்திக்கிட்டு அடிக்கிற மேளத்துக்கும் கோயிலில் இருக்கிற பல வகையான மணிகள் `டங் டங்'குன்னு அடிக்கிறதுக்கும் ஏத்தவாறு ஒரு ஆட்டம் போடுவாங்க அத்தை. அதைப் பார்க்கும்போது கொஞ்சம் பயமா இருக்கும்.

அப்புறம் தீபாராதனைக் காட்டி முடிச்சு சாமி கொஞ்சம் கொஞ்சமா மலையேறும்போது எல்லாரும் அத்தை சாமி காலுல விழுந்து ஆசீர்வாதம் வாங்கிட்டு விபூதி பூசிக்கிறதுக்கு அவங்க முன்னாடி போகும்போது இடது கையை வலது இடுப்பு பக்கமா வச்சிக்கிட்டு வலது கையை தூக்கி வாய பொத்துன மாதிரி மூக்கு மேல வச்சிக்கிட்டு என்ன மாதிரி நல்ல மனுசன் இந்த உலகத்திலேயே இல்லேங்கிற மாதிரி போயி நிப்பாங்க.

அத்தை சாமி `உஷ் அஹ்ஹா... உஷ் அஹ்ஹா' என்று குளிர்ல நடுங்குற மாதிரி கொஞ்சம் கொஞ்சம் விபூதி எடுத்து எல்லாருக்கும் வச்சி விடுவாங்க.

அம்மாவும் நானும் அத்தை காலில் விழுந்து ஆசீர்வாதம் வாங்கிட்டு விபூதி வாங்கும்போது மட்டும் கை நிறைய ஒரு நூறு கிராம் விபூதியை அள்ளி அம்மா தலையில போட்டு, "தாயி மகமாயி, எங்க குல கொழுந்துகளைக் காப்பாத்துமா" அப்படின்னு விபூதி பூசி விடுவாள்.

அம்மா நல்லா தலை சீவி பூவும் பொட்டுமா இருப்பாங்க. அம்மா தலை நல்லாயிருக்குறது ஒருவேளை அத்தைக்குப் பிடிக்காதோ என்னமோ, அந்தநேரத்தில அத்தை சாமியாகவும் அம்மா பக்தையாகவும் இருந்தாலும், உறவு முறையிலே எப்பவும் மதினியும் நாத்தனாரும்தானே. நாத்தனாரு சண்டை எப்போ முடிஞ்சிருக்கு நம்ம நாட்டுல. ஒருவேளை அம்மாவை காலில் விழ வைப்பதற்காகவே சாமி கொண்டாடி ஆகிவிட்டார்களோ என்னவோ அத்தை.

ஆடி மாசத்துல எல்லாரும் திருவிழா கொண்டாடுறது விரதமிருந்து அக்னி சட்டி தூக்கி சாமி ஆடுறது அதெல்லாம் நம்ம வழக்கத்துல இருக்கிறது நம்ம கண்டிப்பா பண்ணணும். இதுவரைக்கும் எனக்கு அத்தைய ரெம்போ புடிக்கும், புடிக்கும்

புடிக்காது அப்படிங்கிற கணக்கெல்லாம் பெரிய பையனா வளர்ந்து நல்லது கெட்டது தெரிய ஆரம்பிச்ச பிறகுதான்.

அரசாங்க மருத்துவமனை மருத்துவர்கள் எல்லாரும் வீட்டுலயும் ஒரு கிளினிக் வச்சிருப்பாங்க, வாத்தியார்கள் பள்ளிக் கூடத்தில் சொல்லிக் கொடுத்துட்டு, வீட்டிலேயும் டியூசன் எடுப்பாங்க. நல்ல மதிப்பெண் வேண்டுமானால் டியூசன் அவசியம்தான், வீட்டோட கிளினிக்கும், பள்ளிக்கு அப்புறம் டியூசனும் மக்களுக்கும் மாணவர்களுக்கும் அவசியமான ஒன்று. அது மாதிரி அத்தை வீட்டோடையே கோயிலும் வச்சிருந்தாங்க.

கோயில் என்றால் சாமி சிலையெல்லாம் இல்லை. உலகத்தில இருக்கிற எல்லா சாமியோட படமும் வீட்டுக்குள்ள இருக்கும். சின்ன வீடுதான் குனிந்துதான் உள்ளே போகணும். ஒரு நாலு பேரு உள்ள உட்காரலாம். ஆடி மாசம் முழுவதும் கோயில் திருவிழாவிலேயும், மற்ற நேரங்களில் வீட்டுலயும் பூஜை நடக்கும்.

சிறப்பு பூஜை அப்படினா அருள் வாக்கு சொல்லுவது, பத்தி மற்றும் வேப்பங்குலை வச்சு மந்திரிச்சு விடுவது ஆகியவை வெள்ளிக்கிழமைகளில் மட்டும். ஹோம் டெலிவரி சலுகையும் இருந்துச்சு. அதாவது, யாருக்காவது அம்மை போட்டிருந்தால் அந்த வீட்டுக்குப் போயி வேப்பங்குலை வைத்து மேலெல்லாம் தடவிக் கொடுத்து, என்னைக்கு முதல் தண்ணி ஊத்தணும், என்னைக்கு ரெண்டாம் தண்ணி ஊத்தணும், வீட்டுல என்ன சமைக்கணும் சாம்பாரை தாளிச்சு ஊத்தலாமா வேண்டாமா என்றெல்லாம், அங்குள்ளவர்களுக்கு ஹெல்த் இன்ஸ்பெக்டர் வேலை பார்த்து காசு வாங்கிட்டு வந்துருவாங்க.

ஆக வெள்ளிக்கிழமை ஒரு பதினஞ்சு பேருக்கு வெள்ளம், புளி ரெண்டையும் கரைச்சு பானக்காரம் பண்ணுவாங்க, இல்லேன்னா எலுமிச்சை தண்ணி ரெடி பண்ணுவாங்க, தேவை யானவங்க பூஜைக்கு வருவாங்க இருந்தாலும் அத்தைக் காலை யிலேயே ஒரு சுத்து அக்கம் பக்கம் இருக்குற இவங்களோட பக்தைகள்கிட்ட போயி,

"ஏ ராக்காயி, பூஜைக்கு நீ வந்துரு. ஏ மூக்காயி பூஜைக்கு நீ வந்துரு, வரும்போது அவள கூட்டிக்கிட்டு வா. இவளையும்

கூட்டிக்கிட்டு வா" என்று ஒரு சிறப்புத் தகவலையும் குடுத்துட்டு வந்துருவாங்க.

வெள்ளிக்கிழமை விரதம் சாப்பாடு சாப்பிடக் கூடாது அப்படிங்கிற பேருல காலையில இருந்து ஒரு பதினைந்து வாழைப்பழத்தையும் முழிங்கிருவாங்க. பச்சத்தண்ணி பல்லுல படக்கூடாதுன்னு சொல்லிட்டு நாலு தம்ளரு பாலையும் குடிச்கிருவாங்க.

ஆக... ஒரு வழியா ஏழு மணிக்கு பூஜை ஆரம்பமாகும். ஆரம்பிக்கிறதுக்கு முன்னாடி ஒரு அட்டெண்டன்ஸ் எடுத்துக் கிடுவாங்க. அவ வந்துட்டாளா இவ வந்துட்டாளான்னு, விளக்கெல்லாம் ஏத்தி ரெடியா இருக்கும். அத்தை போயி அந்த சாமிகள் படங்கள் முன்னாடி நின்னுட்டாங்கன்னா எல்லாரும் பேச்சை குறைச்சிருவாங்க சிலபேரு சைகையில் பேசுவாங்க, சிலபேரு காதுக்குள்ள பேசிக்கிடுவாங்க.

அத்தைக்கு லெப்ட் ரைட்ல ரெண்டு எடுபுடிகள் நிப்பாங்க அத்தை சாமிக்கு என்னவேணும். அப்படிங்கிற பரமரகசியம் அவர்களுக்குத்தான் தெரியும் அதுல ஒருத்தி அத்தை பண்ணுறதை எல்லாம் நல்லா கவனிச்சு புரிஞ்சிக்கிட்டு கொஞ்ச நாளிலேயே அடுத்த ஏரியாவுல போயி ஒரு பிரான்ச் ஓப்பன் பண்ணிட்டாள், அது வேற விஷயம்.

ஆக அந்த அமைதியான சூழலில் அத்தை சாமியிடமிருந்து மூச்சை உள்ளிழுத்து `உஷ்ஷ்ஷ்...' என்ற சத்தம் வரும் அப்படியே உடம்பு முன்னும் பின்னும் ஆட்டம் காணும் தலை சுத்தத் தொடங்கும் கூடி நிக்கும் பெண்கள் குலவை போடுவார்கள். அத்தை சாமி ஒவ்வொருவராக அழைத்து அருள் வாக்கு சொல்லத் தொடங்குவாள்.

ஒரு பத்து நிமிடத்தில் அருள் வாக்கு சொல்லுவது முடிந்து தீபாராதனை காட்டப்பட்டு விபூதி பிரசாதம் கொடுக்கும்போது பக்தர்கள் தங்கள் காணிக்கையை செலுத்துவார்கள், அப்பத்தான் அத்தைக்கு நிம்மதி வரும், பூஜை பண்ணும்போதே 'எத்தனை பேர் காணிக்கை கொண்டு வந்திருக்காங்களோ' என்று எண்ணிக்கொண்டே பூஜை செய்வார்கள் போல.

அதன்பின் அனைவருக்கும் ஒரு தம்ளரில் கரைத்து வைத்த பானங்கள் வழங்கப்படும். பின் உடல்நிலை சரியில்லாத

பிள்ளைகளுக்கு விபூதி போடுவது மந்திரிச்சு விடுவது, அதில் ஒன்று இரண்டு பேர் தானாகவே குணமாவர், சிலர் வியாதி முத்திய பின் மருத்துவமனைக்கு செல்வார்கள். ஒரு சிலர் தங்களின் மெத்தனத்தால் பிள்ளைகளை இழந்திருக்கிறார்கள். எல்லாம் நடக்கும் இது எல்லாம் நான் வாலிபனாக ஆனா பின் புரிந்தது, ஆக இப்படியாக எனது பன்னிரண்டாம் வயது வரை பார்த்திருந்தேன்.

ஒருநாள் திடீரென அத்தைக்கு குளிர் காய்ச்சல் வந்து அப்பா மருத்துவமனையில் சேர்த்துவிட்டார் ஒரு வாரம் அப்பாவும் நாங்களும் மருத்துவமனையும் வீடுமாக இருந்தோம், ஒரு நாள் வீட்டுக்கு வரும்போது அப்பாவிடம் கேட்டேன்,

“அத்தைதான் எல்லோருக்கும் மந்திரிச்சு விபூதி போட்டு சரி பண்ணுவாங்கல்ல அதே மாதிரி அத்தையையும் மந்திரிக்கிறவங்ககிட்ட கூட்டிட்டு போகலாமில்லப்பா ஏன் மருத்துமனையில் சேர்த்திருக்கீங்க”

என்றேன் புரியாமல்.

அப்பா ஒன்றும் சொல்லவில்லை. என்னைப் பார்த்து ஒரு சிரிப்புச் சிரித்தார், எனக்கு அப்போது ஒன்றும் புரியவில்லை.

“என்னப்பா?”

என்று மீண்டும் கேட்டேன்.

“நேரம் வரும்போது நீயே புரிஞ்சுக்கிடுவாய்” என்றார்.

அத்தை அடுத்த இரண்டு நாட்களில் இறந்துவிட்டாள். மாமாவும் கொஞ்சநாளில் குடித்துக் குடித்து இறந்துவிட்டார். அத்தை மகளை அப்பா வளர்க்க ஆரம்பித்தார். எங்கப்பா அந்தக் காலத்து டென்த். எங்கள் ஊர் நகராட்சி அலுவலகத்தில் கிளார்க் வேலைக்கு சேர்ந்து ஆபீஸ் சூப்பிரென்டன்ட் வரை உயர்ந்து பணி ஓய்வு பெற்றார்.

என்னையும் அத்தை மகளையும் நன்கு படிக்க வைத்தார், பெரிய பையனாக வளர வளர எனக்குப் புரிந்தது. அப்பா ஏன் மந்திர மூர்த்தி என்ற பெயரில் இருந்து மந்திரத்தை தூக்கியெறிந்தார் என்றும் அத்தை ஏன் மந்திரம்மாள் என்ற பெயரை அப்படியே அணைத்துக்கொண்டாள் என்றும்.

மனைவியின் குரல் கேட்டு திரும்பினேன், "பூஜைக்கு நேரமாச்சு வாங்க" என்றாள்.

"சரி..." என்று சாமி கும்பிடத் தொடங்கினோம். வீட்டு பூஜை அறையில் இருக்கும் முருகப்பெருமானிடம் வேண்டத் தொடங்கினேன், "ஆண்டவா என் அத்தையைப் போல இருப்ப வர்களை உன்னால் தடுக்க முடியாவிட்டாலும் பரவாயில்லை, வேலைக்காரி முத்தம்மாள் போல இருப்பவர்களையாவது காப்பாத்து" என்று.

கடவுளோ, 'அடே முட்டாள். உன் அத்தையைப்போல இருப்பவர்கள் என்னைப் போல கடவுள்களையே ஏமாற்றி விடுகின்றனர். முத்தம்மாள் போன்றோர்கள் எம்மாத்தரம் மனிதர்கள் தங்களை சக மனிதர்களிடமிருந்து காத்துக் கொள்ளத்தான் சுய புத்தி என்ற ஒன்றும் கொடுக்கப்பட்டிருக்கிறது அதை சில மனிதர்கள் உபயோகப்படுத்துவதில்லை. ஆகவே தான் முத்தம்மாள் போன்றோர் ஏமாற்றப்படுகின்றனர்' என்பதுபோல இருந்தது.

சாமிகும்பிட்டுவிட்டு தொலைக்காட்சி முன் அமர்ந்து செய்திகள் கேட்கத்தொடங்கினேன்...ஸ்ரீஹரிகோட்டாவிலிருந்து ஏதோ ஒரு விஞ்ஞானி மங்கள்யான் மற்றும் இந்தியாவின் பெருமைகளை அடுக்கிக்கொண்டே போனார்... அதற்குள் என் மனைவி அருகில் வந்து,

"சரி, அப்பள முத்தம்மா பேசும்போது எதுக்கு சிரிச்சீங்க" என்றாள்.

"ஒன்றுமில்லை... அவ மகளைக் கூட்டிக்கிட்டு ஒரு அம்மாகிட்ட மந்திரிக்கப் போகணுமின்னு சொன்னதுமே, செத்துப்போன உங்கம்மா மந்திரம்மாள்தான் உயிரோட வந்துட்டாங்களாக்கும்னு நினைச்சேன்" என்றேன்.

இதைக் கேட்டு சிணுங்கல், சிரிப்பு, கோபம் எல்லாம் கலந்த ஒருவித அழகுடன் அடிக்க வந்தவளை அப்படியே கட்டி அணைத்துக்கொண்டேன்.

●

...| 14 |... மந்திரம்மாள்

ஏழாம் பொருத்தம்

என் மனைவி சுவேதாவுக்கு அவள் பிறந்த ஊரான சென்னையில் வேலை கிடைக்கும் வரை நான் தற்போது வேலை பார்த்துக்கொண்டிருக்கிற இடமான மத்திய பிரதேசத்தில் இருக்கும் ஜபல்பூரில்தான் இருந்தாள். எங்கள் மகள் நர்மதா பிறந்த இடமும் ஜபல்பூர்தான். இந்தியாவில் இருக்கும் அழகான வற்றாத ஜீவ நதிகளிலே நர்மதா நதியும் ஒன்று. பழங்காலத்தில் நர்பதா என்றும் அழைக்கப்பெற்றது.

மத்தியப்பிரதேசம், அனுபூர் மாவட்ட, விந்தியாச்சல் பர்வத் அமர்க்காண்டா பீடபூமியில் பிறந்து மத்திய பிரதேசம், மற்றும் குஜராத் கடந்து அங்கிருக்கக்கூடிய பரூச் வழியாக 1,312 கிலோ மீட்டர் பயணித்து அரபிக்கடலில் சென்றடைகிறது நர்மதா நதி. ம.பி மற்றும் குஜராத் மக்களின் வாழ்வாதாரமாகக் கருதப்படுகிறது. ஜபல்பூரில் உள்ள பேடா காட் என்ற இடத்தில் இரு மார்பில்ஸ் மலைகளுக்கு நடுவே நர்மதா நதியைப் பார்க்கும்போது லட்சக்கணக்கான அழகான பெண்கள் ஒரே மாதிரி உடை அணிந்து நடந்து செல்லும் பேரணி போல இருக்கும் நர்மதா நதி. நர்மதா நதி எப்படி பேரும் புகழுடனும் வாழ்ந்து வருகிறதோ அதேபோல் பேரும் புகழுடனும் வாழ வாழ்த்தி அந்த நர்மதா தாயின் பெயரை என் மகளுக்குச் சூட்டினேன்.

என் மனைவிக்கும் எனக்கும் அடிக்கடி சண்டை வரும், எல்லாம் என் ஒற்றை மகளால்தான். அனைத்து சண்டைகளும் படிப்பு ஒழுக்கம் மற்றும் சொல்பேச்சு கேளாதது சம்பந்தமாகவே இருக்கும். அவள் வளர வளர அந்தந்த வயசுக்கு ஏற்றாற்போல பிரச்சனைகளின் தலைப்பு மாறும், அது எல்.கே.ஜி முதல் பட்டப்படிப்பு வரை தொடர்ந்திருக்கிறது.

ஒரு மனிதன் வாழ்க்கையில் முன்னேறுவதற்கு முக்கியமான 16 தகுதிகளை வளர்த்துக்கொள்ள வேண்டும். அதை 'ஆஃபீசர்ஸ் லைக் குவாலிட்டி' (OLQ) என்று சொல்வார்கள், அவை ஒன்றும் சிதம்பர ரகசியமோ, எட்டாக்கனியோ அல்ல. நாம் அன்றாடம் செய்யும் ஒவ்வொரு வேலைகளிலும் சம்பந்தப்பட்ட ஒன்று. அவற்றை வெளிக்கொணர்ந்து பட்டை தீட்டவேண்டும் அவ்வளவுதான்.

கூர்மையான புத்தி, பகுத்தறிவுத்திறன், ஒழுக்கம் ஏற்பாடு செய்தல், வெளிப்பாடு, திட்டமிடல், ஒற்றுமை, மதச்சார்பின்மை, பொறுப்புணர்வு, முயற்சி, தன்னம்பிக்கை, முடிவின் வேகம், உறுதியான திறன், வாழ்வாதாரம், உறுதி, தைரியம் மற்றும் சகிப்புத்தன்மை.

எல்லா நேர்முகத்தேர்விலும் இவ்வகையான தகுதிகள் இருக்கிறதா என ஆராயப்படும். ஆக, ஒரு அப்பாவாக இவை அனைத்தையும் மகளுக்கு கற்றுக்கொடுக்க முற்படும் போதெல்லாம்,

"அப்பா போதும்ப்பா..." என்பாள் மகள்.

"உங்கள் உபன்யாசத்தை நிறுத்துறீங்களா!" என்பாள் மனைவி.

ஒரு பன்னாட்டு நிறுவனத்தில் வேலைக்கு ஆள் எடுக்கும் துறையில் ஹெச்.ஆர் அலுவலராக இருக்கும் நான், 'என் மகளுக்கு கற்றுக்கொடுத்தால் என்ன தவறு?' என்று கேட்டுவிடக் கூடாது. அதன்பின் எனக்கும் மனைவிக்கும் சண்டை பெரிதாக உருவெடுக்கும். இது ஏறக்குறைய எல்லா நாள்களிலும் தொலைபேசி மூலமாக நடக்கக்கூடிய ஒன்றாகும்.

படிப்புக்காகவும், வாழ்க்கையில் முன்னேற்றத்துக்காகவும் மகளைக் கண்டித்தால், மாமனார் மாமியார் முதல் மனைவி வரை எதிரிபோல பார்க்க ஆரம்பித்துவிட்டார்கள்.

"எல்லாம் அவளோட நல்லதுக்குதான் சொல்லுறேன். இப்ப நீங்க எல்லாரும் அவளுக்கு சாதகமாகப் பேசுறீங்க நாளைக்கு அவ கஷ்டப்படும்போது அவகூட யாரு இருப்பா? நீங்களும் நானுமா இல்ல, இன்றைக்கு நாம கத்துக்குடுக்குற விசயமா?"

இந்தக் கேள்விக்கு யாருகிட்ட இருந்தும் பதில் இருக்காது. கற்றுக் கொடுத்தல் என்பது விதைக்கப்படுவதுபோல. அது வளர்ந்து மரமாகி பலபேருக்கு நிழல் கொடுக்க வேண்டும் என்பதற்காக எடுக்கப்படுகின்ற முயற்சி. அவ்வகையான முயற்சிகளை நம்மைச் சார்ந்தவர்களே தடுப்பது என்பது `செர்பெண்ட் ஈட்டிங் இட்ஸ் டெய்ல்' என்பதற்குச் சமமாகும்.

மூன்று மாதத்துக்கு ஒரு முறை நான்கு நாள்கள் விடுமுறை வரும். நான் மனைவியைப் பகைத்துக்கொள்ள விருப்பமில்லாமல், மகளைக் கண்டிப்பதைக் குறைத்துக்கொண்டேன். கண்டிக்க ஆரம்பித்தால் போதும், மனைவி வீட்டுக்குத் தூரமாக இருக்கிறாளோ இல்லையோ நம்மை விட்டு தூரமாகிவிடுவாள். எல்லா ஆண்களும் தோற்றுப்போகிற ஒரே இடம் பெண்களின் அழகில்தான். அந்த அற்ப ஆசையும் ஒரு காரணம் கண்டிப்பை குறைத்துக்கொள்ள.

நான் வெளி ஊரில் இருக்கும்போது பொதுவாகவே மகளை தொலைபேசியில் அழைப்பதில்லை. அவள் என் அழைப்பை எடுக்கவும் மாட்டாள், குறுஞ்செய்தி எதுவும் அனுப்பினால் பார்க்கவும் மாட்டாள். பார்த்தால் பதில் கூறவும் மாட்டாள். ஏதாவது படிப்பு பத்தி பேச ஆரம்பித்துவிடுவேன் என்று. ஒரு அப்பா மகளுடன் படிப்பைப் பத்தி பேசுகிறான் என்றால் அது பத்து தலைமுறைக்கு சொத்து சேர்த்து வைப்பதைவிட மேலான ஒன்று என்பதைப் புரியாத மகள்.

இதை என் மனைவிக்குப் புரிய வைக்க முயற்சி செய்து தோற்றுப்போனேன். மகளின் எதிர்காலம் பத்திப் பேசிப் பேசி பேச்சு நிறைய முறை சண்டையில் முடிந்திருக்கிறது, அதைத் தொடர்ந்து வெகு நாள்கள் நானும் மனைவியும் பேசாமலே இருந்திருக்கிறோம்.

மனைவி நன்றாக என் எண்ணங்களைப் புரிந்திருந்தால் இந்த பிரச்சனைகள் இருந்திருக்காது. ஒரு வகையில் மனைவியும் என்ன செய்வாள். அலுவலக வேலை, வீட்டு வேலை, அப்பா அம்மா அத்துடன் நான் கொடுக்கும் மகளின் படிப்பு விசய

அழுத்தத்தையும் ஏற்றுக்கொள்ள வேண்டும் என்பது கட்டாயம் அல்ல, அவளும் பெண்தானே என்பதை விட அவளுக்குள்ளும் ஒரு உயிரும் உணர்வும் இருக்கிறது என நான் புரிந்துகொண்டு வெகு நாள்கள் ஆகிவிட்டன. இருந்தாலும் மகளின் எதிர் காலம் பற்றி சிந்திப்பது ஒரு பெற்றோரின் கடமை ஆகும்.

ஒருநாளும் இல்லாத திருநாள் போல, எப்போதாவது மகளிடமிருந்து தொலைபேசி அழைப்பு வரும்.

அப்போது புரிந்துகொள்ளலாம் ஏதோ ஒன்று வீட்டில் அனைவராலும் மறுக்கப்பட்டிருக்கிறது, அதை நான் இப்போது பூர்த்தி செய்ய வேண்டும்.

அவள் மேல் இருக்கும் எல்லா கோபங்களையும் தூக்கி எறிந்து விட்டு...

"சொல்லு தங்கம்... என்ன வேணும்" என்பேன்,

"அன்பிற்கும் உண்டோ அடைக்கும் தாழ்."

இந்த உலகத்தில அன்புக்கு முன்பு அனைவரும் தோற்றுப் போகின்றனர். அப்படித் தோற்றுப்போவதிலும் ஒரு ஆனந்தம் உண்டு. அவள் கேட்டதைச் செய்து கொடுப்பேன், மிகவும் மகிழ்ச்சியும் அடைவேன்...

காரணம் அவள் என் மேல் நம்பிக்கை வைத்திருக்கிறாள். யார் செய்தாலும் செய்யாவிட்டாலும் என் அப்பா இருக்கிறார், அவர் செய்வார் எனக்காக என்று, அதுதான் ஒரு அப்பாவாகிய எனக்கு கிடைக்கும் வெற்றி.

அவள் ஒரு நல்ல மகள் அவளது வேலை முடியும் வரை நான் சொல்வதை எல்லாம் கேட்டுக்கொள்வாள். வேலை முடிந்ததும் பழைய குருடி கதவத் திறடிதான். இது குழந்தைகளின் இயற்கை.

ஒரே வருத்தம், இன்று வரை நான் சொல்லியதை அவள் எதையும் செய்யவில்லை, மனிதனுக்குத் தேவையான 16 தகுதிகளை பலமுறை விவரித்துக் கூறியும் எதையும் ஒழுங்காகக் கடைப்பிடிக்கவில்லை என்பதுதான். எனக்காகச் செய்ய வேண்டாம், அவளின் எதிர்காலத்துக்காகச் செய்ய வேண்டும் என்பதுதான் என் ஆசை.

குழந்தைகள் புத்திசாலிகள், பத்து வயதில் படிக்க சொல்லி மிரட்டும் போது தாத்தா பாட்டி பின்னாடி ஒளிந்து கொண்டாள். பதினைந்து வயசுல அதட்டும்போது அப்பா கொடுமை படுத்துறாருனு போலீஸுல கம்பளைன்ட் கொடுத்துவிடுவேன் என்றாள். இருபது வயதில் பட்டம் வாங்கியாச்சு, சரி மேலே படி என்றதும், முடியாது என் கூந்தல் என் வாழ்க்கை, என் வாடிகா என்று தொலைக்காட்சி விளம்பரத்துல வர்ற மாதிரி பாரதியின் புதுமைப்பெண்ணாகப் பெண் உரிமை பேசினாள்.

படிக்கச் சொல்லி அப்பா அம்மா திட்டினாலே போலீஸுக்குப் போகலாம் எனத் தெரிந்த மகளுக்கு, நல்லா படிச்சா நல்ல பொசிஷனுக்குப் போகலாம் என்ற புத்தி இல்லையே என்று வருத்தமடைந்தேன். அல்லது நாம் அதைப் புரிய வைக்க தவறி விட்டோமோ எனத் தோன்றியது

“சரி பட்டம் வாங்கியாச்சு வேலை ஏதாச்சும் பார்க்கலாமே” என்றதற்கு,

“நோ நோ டாட் ஐ கேன் நாட் மேனேஜ் போத் தி சைட் ஆப்டர் மை மேரேஜ்” என்று ஆங்கிலம் பேசினாள்.

“சரி, அப்படின்னா கல்யாணம் பண்ணிக்கோ பெத்தவங்க கடமையாவது முடியும்” என்று கொஞ்சம் வெறுத்துப்போய்தான் சொன்னேன்.

வாழ்க்கையில் முதல் முறையாக நான் சொன்னதைக் கேட்டு, “சரி...” என்றாள் என் மகள்.

“மாப்பிள்ளை எப்படி வேண்டும்” என்றேன்.

“உங்களுக்கும் அம்மாவுக்கும் புடிச்சிருந்தா போதும், எனக்கு ஓகேதான்” என்றாள்.

கற்றுக்கொடுக்க நினைத்த பதினாறு தரங்களை விட உயர்வான ஒரு தரம் என்னிடத்தில் இருக்கிறது அப்பா... அந்தத் தரத்தில் பெயர் குடும்ப மரியாதை என்று சொல்லாமல் சொன்னது போல் இருந்தது... அப்பா அம்மாவிற்கு பிடித்திருந்தால் போதும் எனக்கு ஓகே தான் என்று சொன்ன போது...

நானும் என் மனைவியும் ஒருவரை ஒருவர் பார்த்துக்கொண்டோம். என் மனைவியின் பார்வையோ,

பார்த்திங்களா நம்ம மகளை, எப்படி ஒழுக்கமா வளர்ந்திருக்கிறேன் என்று கேட்பது போல இருந்தது.

இதுவரை என் மகள் என் பேச்சைக் கேட்காமல் இருந்தது எல்லாமே ஒரு அன்பின் வெளிப்பாடாகத்தான் தெரிந்தது, மேலே படிக்கவும், நல்ல வேலை தேடிக்கொள்ளவும் சந்தர்ப்பங்கள் இருந்தும் என் மகள் ஒரு குறுகிய வட்டத்துக்குள் வாழ்க்கையை சுருக்கிக்கொண்டாள் என்பது மனதுக்கு சங்கடமாகவே இருந்தது...

நாம் என்னதான் பிள்ளைகளுக்கு அதைக் கொடுக்க வேண்டும், இதைக் கொடுக்க வேண்டும் என்று முயன்றாலும், அவர்கள் அவர்களுக்கு பொருத்தமானதை மட்டுமே தேர்ந்தெடுப்பார்கள் போல...

ஆக, என் மகளுக்குப் பொருந்தியது திருமணம் மட்டுமே என்று கூட இருக்கலாம், இது வரை என் பேச்சைக் கேக்காத என் மகள், இனிமேல் கேக்கவா போகிறாள், வழக்கம்போல வேண்டாம் என்றுதான் சொல்லுவாள். அதைக் காரணமாக வைத்து மேலே படிக்கச் சொல்லலாம் என எண்ணி திருமண பேச்சை எடுத்தேன், அவளோ திருமணத்துக்கு சம்மதம் என்று சொல்லி என்னை ஆச்சரியப்படுத்திவிட்டாள்.

மகளுக்கு பெயர் வைக்கும்போது நர்மதா நதியின் எல்லா சிறப்புகளையும் ஆராய்ந்த நான், உல்ட்டா பேகதா நதி என்பதை ஆராயவில்லை. இந்தியாவில் இருக்கக்கூடிய எல்லா தீபகற்ப நதிகளும் வெவ்வேறு திசைகளில் பாய்ந்துகொண்டிருக்க, என் வழி தனி வழி என நீண்ட தூரம் மேற்கே நோக்கி நீளமாகப் பாயும் நதி என்ற பெருமைக்குரிய நதி நர்மதா நதி மட்டுமே. அப்படிப்பட்ட நதியை மற்ற நதிகளுக்காக திசை திருப்பவா முடியும்?

எங்கள் நர்மதாவும் எங்கள் திசையில் இருந்து வேறு திசையில் பயணித்துக்கொண்டிருந்தாள். எங்களின் எண்ணங்களுக்கும் அவளின் எண்ணங்களுக்கும் ஏழாவது பொருத்தம் கடைசிவரை அமையவேயில்லை.

ஆம், நர்மதாக்களை திசை மாற்ற யாராலும் முடியாது!

நீராம்பல்

சும்மா கிடந்த சங்க ஊதிக்கெடுத்தான் ஆண்டி என்பதுபோல, தூங்கிக்கொண்டிருந்த மகனை,

“எழுந்திருடா, என்ன புள்ள நீ, மார்கழி மாசத்தில கோயில்ல இருந்து எத்தனை பாட்டுச் சத்தம் கேட்டாலும் எழுந்திருக்க மாட்டேங்குற, பக்கத்து வீட்டு பிள்ளைங்கெல்லாம் காலையில எந்திரிச்சு குளிச்சிட்டு நல்ல பிள்ளையாட்டம் கோயிலுக்கெல்லாம் போறாங்க, நீயும் இருக்கியே” என்றாள் அம்மா.

“சும்மா இரும்மா எந்தப் பிள்ளைங்க போகும்? காலங்காத்தால தூங்க விடும்மா.”

என்றான் வேண்டுமென்றே, யார் யார் போகிறார்கள் என்று தெரிந்துகொள்ள.

“எந்தப் பிள்ளைகளா? உன் கூட படிக்கிற குமாரு, அப்புறம் எதிர்த்த வீட்டு பிள்ளை, அவ தங்கச்சி எல்லோரும்தான் போறாங்க. நான் என்ன சும்மாவா சொல்லுறேன்” என்றாள் விவரம் தெரியாத அம்மா.

செந்திலுக்கு தூக்கி வாரிப்போட்டது, ‘அடே குமாரு துரோகி இரவு 10 மணி வரைக்கும் என் கூடதானடா இருந்தே, கோயிலுக்குப் போற விசயத்த சொல்லவே இல்ல, நீ எப்படிடா சொல்லுவே உனக்கும் எனக்கும்தான் போட்டியாச்சே! யார்

முதல்ல அவகூட பேசுறதுன்னு. ரெண்டுபேருமே மீனுக்காகக் காத்திருக்கும் கொக்கு போல ரொம்ப நாளா காத்திருக்கோம் அவளை சந்திப்பதற்கு, உன்னிடம் எப்படி நியாய தர்மம் எதிர்பார்க்க முடியும்?'

செந்தில் அவசர அவசரமாகக் குளித்து உடை மாற்றி கோயிலுக்குச் சென்றான்.

செந்திலும் குமாரும் பி.எஸ்ஸி பாட்டனி மூன்றாமாண்டு ஒரே கல்லூரி, ரெண்டுபேருக்கும் ஒரு எழுதப்படாத ஒப்பந்தம். தங்களின் மூலமாக அந்தப் பெண்ணுக்கு எந்த ஒரு தொந்தரவும் இருக்கக் கூடாது என்று. அந்தப் பொண்ணு குண்டுமல்லி மாதிரி இருப்பா. ஆனால், பேரு தாமரை. பி.எஸ்ஸி பிசிக்ஸ் முதலாமாண்டு. வேற கல்லூரி.

செந்தில் *30* நாள்களில் ஆங்கிலம் கற்பது போல மார்கழி மாத முப்பது நாளில் காதல் படித்தும் கற்பித்தும், ஒருவழியாக பாட்டனிக்கும், பிசிக்ஸுக்கும் கெமிஸ்ட்ரி ஓர்க்கவுட் ஆகி, தை ஒன்றாம் தேதி காதலுக்கு மரியாதையாய் தலைப்பொங்கலும் கொண்டாடப்பட்டுவிட்டது.

குமாராக இருந்தவன் இதயம் முரளியாக மாறிவிட்டான். செந்திலுக்கு படிப்பும் முடிந்தது. பணியும் கிடைத்தது. கல்யாண பேச்சு எடுத்ததும் ஜாதி வந்து தடுத்தது. காதலுக்கு லாக்டௌன் போட்டு காதலர்கள் தனிமைப்படுத்தப்பட்டனர்.

தாமரை பெயர் கொண்ட குண்டுமல்லி இப்போது ஜாதி மல்லியானதும், 'பூஜைக்கேத்த பூவிது, நேத்து தானே பூத்தது' என்று புதுமாப்பிள்ளை வந்து பூவை அள்ளிக்கொண்டு போனான்.

ஆண்டுகள் இரண்டோடின, தாமரை எனும் வாடா மல்லியின் தோட்டத்தில் இரு அல்லிகளும் பூத்தன.

ஆனால், காதலித்தவன் மட்டும் தண்ணீரில் மிதக்கும் தாவரத்தைப்போல மிதக்கின்றான், டாஸ்மாக் எனும் குட்டையிலே!

●

நினைப்பதெல்லாம் நடந்துவிட்டால்...

கடை திறக்க நேரமாகிவிட்டது, வேலைக்காரப் பசங்க வெளியே நின்றுகொண்டிருப்பார்கள். சீக்கிரம் கிளம்ப வேண்டும். அவசரமாகக் குளித்துக் கொண்டிருக்கும்போது மனைவி சகுந்தலாவின் குரல் கேட்டது.

"என்னங்க சீக்கிரம் வாங்க, யாரோ ரெண்டு மூணு முறை கால் பண்ணிட்டாங்க!" என்றாள்.

"வேலைக்காரப் பசங்களாதான் இருக்கும், பத்து நிமிசத்துல வந்துருவாருன்னு சொல்ல வேண்டியதுதானே" என்று கூறிக்கொண்டே, அரையும் குறையுமாகக் குளித்துவிட்டு வெளியே வந்தேன்.

"இல்லைங்க, இது ஏதோ புது நம்பரா இருக்கு. அதான் எடுக்கல" என்றாள் மனைவி.

"சரி... விடு. கடைக்குப் போயி பேசிக்கிறேன்" என்று கூறிவிட்டு, அவசரமாக உடை மாற்றி, இரண்டு இட்லியை அதே அவசரத்துடன் விழுங்கிக்கொண்டிருக்கும்போது மீண்டும் கைபேசி பாடத் தொடங்கியது... `குறையொன்றுமில்லை மறை மூர்த்தி கண்ணா' என்று...

"சொல்லு அந்தப் பசங்ககிட்ட கிளம்பிட்டேன்னு" என்று கூறியதைக் கேட்ட மனைவி,

"உங்ககிட்ட வேலை செய்ற பசங்க சீஸன் காலத்திலேயே சீக்கிரம் வரமாட்டங்க, இப்ப வர்றாங்களாக்கும் சீக்கிரம்? மறுபடியும் அதே புது நம்பர்தான். என்ன அவசரமோ, பேசுங்க"

என்று பச்சை பொத்தானை அமுக்கி ஸ்பீக்கரையும் போட்டுக் கொடுத்தாள்.

"வணக்கம், யாரு?" என்று பேச ஆரம்பிக்க, எதிர் முனையில் நண்பன் சங்கர் என்று தெரிந்ததும் ஒண்ணரை இட்லியில் கை கழுவிவிட்டு நலம்விசாரிக்க ஆரம்பித்தேன்.

"என்ன குமாரு என்னோட நம்பருகூட உன்கிட்ட இல்லையா?" என்றதும்,

"ஏய்... அது இல்ல இப்பத்தான் ஒரு டச் ஸ்க்ரீன் போன் வங்குனேன் நம்பர் இன்னும் பதியல அதான், தப்பா நினைக்காத. அப்புறம் நீ எப்படி இருக்க, வீட்டுல எல்லாம் நல்லா இருக்காங்களா, என்ன விசயம் சொல்லு அதிசயமா கால் பண்ணிருக்க..." என்றேன்.

"எல்லாம் நல்லா இருக்கோம்டா, நீதான் பெரிய ஜவுளிக் கடை முதலாளியாயிட்ட, கண்டுக்கவே மாட்டேன்கிற..." என்று சாம்பிராணி போட்டு விஷயத்தை இழுத்த நண்பனை,

"காலங்காத்தால நான்தான் கிடைச்சனா... சரி... விசயத்த சொல்லுடா" என்றேன் உரிமையுடன்.

"வேற ஒண்ணுமில்ல, ஒரு சின்ன உதவி, எனக்கு உன்ன விட்டா வேறு யாரு இருக்கா, உனக்கு தெரியும் என் பொண்ணு பெரியவ கவிதா ப்ளஸ் டூவில் நல்ல மார்க். இப்போ நீட்லயும் தேறிட்டா, கேரளாவுல ஒரு தனியார் மருத்துவக் கல்லூரில சீட் கிடைச்சிருக்கு. சேர்த்து விடுறதுக்கு ஒரு ரெண்டு லட்சம் தேவைப்படுது, குடுத்து உதவினா கொஞ்சம், கொஞ்சமா உன் கடனை அடைச்சிருவேன்" என்றான்.

"அட இதுக்குதான் இவ்வளவு தயங்குனியாக்கும். நீ ஒண்ணும் கவலைப்படாதே, நீ மத்த ஏற்பாடுகளை செய், நான் பணம் ரெடிபண்ணிட்டு கூப்புடுறேன்" என்றேன்.

நண்பனும் சந்தோஷமாக "சரி" என்று சொல்லி அழைப்பை துண்டித்தான்.

"யாருங்க இந்த சங்கரு..? என்கிட்ட சொன்னதே இல்ல!" என்று மனைவி கேட்க,

"சொல்லணுமின்னு அவசியப்படல, ஆனா இப்ப சொல்லத் தோணுது, சிறு வயது முதலே நல்ல நண்பர்கள் பள்ளியில்

படிக்கும்போதே நெருக்கமாகப் பழகுவோம். நாங்க பள்ளிக்குக் கொண்டுபோற மத்தியான சாப்பாடக்கூட பகுந்துதான் சாப்பிடுவோம் சில நாளு ரெண்டு பேர்ல ஒருத்தன் மத்தியான சாப்பாடு கொண்டு போகலேன்னாலும் இருப்பதைப் பகுர்ந்து, அனுசரிச்சு, அனுபவிச்சு சாப்பிடுவோம்.

அவங்குடும்பமும் என்ன மாதிரி கஷ்டப்பட்ட குடும்பந்தான் எங்க ரெண்டுபேரு எண்ணமும் எப்போதும் ஒண்ணாத்தான் இருக்கும். நாங்கள் பன்னண்டு வரைக்கும் ஒண்ணாதான் படிச்சோம். சில குடும்பச் சிக்கல்கள் காரணமா என்னால படிப்ப தொடர முடியல அப்புறந்தான் ஏங்கதை உனக்குத் தெரியுமே.

ஒரு துணிக்கடைல வேலைக்குப் போக ஆரம்பிச்சு, கஷ்டப்பட்டு இன்னைக்கு ஏதோ என் கடின உழைப்பால முன்னேறி சின்னதா சொந்த துணிக்கடை வச்சு நடத்திக்கிட்டு, சொந்தவீடு மனைவி குழந்தைகளோட சந்தோசமா இருக்கேன்னு, அவன் பட்டப்படிப்பை முடிச்சிட்டு அரசாங்க வேலைக்குப் போய்ட்டான். இருவது வருசமாச்சு. அவன் வெளியூருக்குப் போயி, இங்கயே இருந்திருந்தா உனக்குத் தெரிஞ்சிருக்கும். நல்லது பொல்லாதுக்கு போன்ல பேசிக்கிடுவோம், இன்னைக்கு எதிர் பாராம கால் பண்ணிட்டான், அப்புறந்தான் உனக்குத் தெரியுமே, அவன் என்ன பேசுனான்னு" என்று மனைவிக்கு தோழமையின் ஆழத்தைப் புரிய வைத்துவிட்டு நான் பணத்தைத் திரட்ட ஆரம்பித்தேன்.

வங்கி சேமிப்பு மற்றும் கையிருப்பு எல்லாம் சேர்த்தாலும் ஒரு லட்ச ரூபாய் குறைகின்றது... என்ன செய்யலாம் என யோசித்துக்கொண்டிருக்கும்போது, என் நிலையறிந்த மனைவி சகுந்தலா கழுத்தில் கிடந்த ஐந்து பவுன் தாலிக்கொடியை என்னிடம் கொடுத்துவிட்டு, "ஒரு குழந்தையோட படிப்புக்கு உதவாத தங்கம் இருந்து என்ன பிரயோசனங்க, இதை அடகுக் கடையில வச்சு பணத்தைக் கொடுங்க" என்றாள்.

நான் ஆச்சரியமாக அவளையே பார்த்தேன், என் மனைவியின் உதவும் குணத்தை எண்ணி பெருமைப்பட்டுக்கொண்டே அடகுக் கடைக்கு புறப்பட்டேன் பணம் ஏற்பாடு செய்ய.

"என்னங்க... என்னங்க..."

மனைவியின் குரல் கேட்டு ஆழ்ந்த கனவில் இருந்த நான் திடுக்கிட்டு கண் விழித்தேன்...

'சீ... என்ன வாழ்க்கை இது? ஒரு மனிதன் தன் நண்பனுக்கு உதவுவது போல, அதுவும் குழந்தையின் படிப்புக்கு உதவுவது போல கனவு காணக்கூடவா தகுதியில்லாமல் போய்விட்டது, அடகுக் கடைக்குப் போகும்போதே கனவைக் கலைத்து விட்டானே... என்ன கடவுள்..!' என சபித்துவிட்டு அரைத் தூக்கத்தில் இருந்த என்னை,

"என்னங்க... சீக்கிரம் ரெடி ஆகுங்க, வேலைக்கு லேட்டா போனா துணிக்கடைக்காரன், நீ ஒண்ணும் வேலைக்கு வேண்டாம் வீட்டுக்கு போன்னு சொல்லிரப் போறான், இன்னும் ரெண்டு நாள்ல வீட்டுவாடகை கொடுக்கணும், அந்த மளிகைக்கடை பக்கமே போக முடியல. அவன் கடனை முதல்ல அடைக்கணும். ஹான்... இன்னொன்னு சொல்ல மறந்துட்டேன்... வேலைக்குப் போறதுக்கு முன்னாடி ஒரு ரெண்டு ரூபா வச்சிட்டுப் போங்க, இந்த மஞ்சக்கயிற மாத்தணும். இதப் போட்டு ரொம்ப நாளாச்சு ஒரே அழுக்கு. மஞ்சக்கயிறா, இல்ல கறுப்புக் கயிறான்னே தெரியல..." என்று அடுக்கிக்கொண்டே போன மனைவியைப் பார்த்தேன்.

அவள், சாமி படத்துக்கு முன் நின்று பிள்ளை வரம் வேண்டி கழுத்தில் கிடந்த அழுக்குப் படிந்த மஞ்சக்கயிற்றை இரு கைகளாலும் ஏந்திப் பிடித்து கண்களில் ஒற்றிக்கொண்டிருந்தாள்.

●

செஞ்சோற்றுக் கடன்

மனோகருக்கு என்ன செய்வதென்று புரியவில்லை. ஆனால், ஒன்றுமட்டும் தெளிவாகப் புரிந்தது, அவளைப் பழி வாங்க வேண்டும் என்பது மட்டும். போலீஸ் கேஸ் ஆகிவிட்டது. அதுவும் மகளிர் காவல் நிலையத்தில் அவளை அடித்ததாகவும் தகாத வார்த்தைகளால் பேசியதாகவும்.

கேஸ் கொடுத்தவள் ஒன்றும் உத்தமி அல்ல. ஒரு கைக்குழந்தையை விட்டுவிட்டு உடல் தினவு எடுத்து கள்ளக்காதலனான மனோகரின் அண்ணன் உடன் ஓடிவந்தவள்தான்.

ராணுவ அதிகாரியான மனோகர் ஊருக்கு வந்து பல ஆண்டுகள் ஆகியிருந்தது. கடைசியாக மூன்று ஆண்டுகளுக்கு முன் அப்பா இறந்தபோது வந்தது... அப்பா இறந்த கையோடு இரண்டு அண்ணன்களில் ஒரு அண்ணன் கண்ணன். தம்பி நான் வேலை வெட்டி இல்லாமல் கஷ்டப்படுகிறேன், வீட்டு வாடகை கொடுத்து முடியவில்லை. உனது வீடு ஒன்று சும்மாதானே கிடக்கிறது அதில் உன் அண்ணியுடன் இருந்து கொள்கிறேன் என்றதும் பாசமும் இரக்க குணமும் உள்ள மனோகர் நமது அண்ணன்தானே இருந்து கொள்ளட்டும்.

"சரி அண்ணா, அதற்கென்ன" என்று பெருந்தன்மையோடு ஒப்புக்கொண்டார். மனோகரின் மனைவியும் குழந்தைகளும் வடமாநிலத்தில் இருந்தனர். அவர் பணிபுரியும் இடத்தில்.

மனோகருடைய மற்ற சகோதர சகோதரிகளும் ஊரிலேயே இருந்தனர். பாசம் யாரை விட்டது... சரி, விடுமுறை கிடைத்ததும் பார்த்துவிட்டுச் செல்லலாம் என்று மூன்று ஆண்டுகளுக்குப் பிறகு ஊருக்கு வந்தபோதுதான் தெரிந்தது... மனோகரின் அண்ணன் கண்ணன், முதலில் திருமணம் செய்த மனைவியுடன் மனோகர் கொடுத்த வீட்டில் தங்கவில்லை. கைக்குழந்தையையும் புருஷனையும் விட்டு வந்த அந்த ஓடுகாலியுடன் தங்கியிருக்கிறான் என்று...

மனோகருக்கு வலித்தது. காரணம் குடும்ப பெரியோர்களால் பார்த்து திருமணம் செய்து வைத்த முதல் மனைவியான அண்ணியை நினைத்து... மனம் வேதனை அடைந்தது.

ஒரு ஆணோ பெண்ணோ யாருடன் வேண்டுமானாலும் வாழ்க்கையை அமைத்துக்கொள்ளலாம். ஆனால், அது தன்னை ஏற்கெனவே, நம்பி வந்தவர்களையும் சொந்த பந்தங்களையும் பாதிக்காதவாறு இருக்க வேண்டும்...

இங்கே மனோகரின் அண்ணன் கண்ணனின் வாழ்க்கை அப்படி இல்லை. ஏற்கெனவே நிரந்தரமற்ற வேலை, அத்துடன் ஒரு வப்பாட்டி வேறு... சட்டமும் சம்பிரதாயமும் ஒன்றுதான். சட்டம் எழுதப்பட்டது சம்பிரதாயம் சொல்லப்பட்டது என்று தெரியாத ஜென்மம்... முதல் மனைவிக்கு எந்த தீர்வும் இல்லாமல் அதுவும் சொந்த தம்பியே தனது வீட்டில் ஓடுகாலியுடன் தங்க அனுமதித்துள்ளான் என்று தெரியும்போது, முதல் மனைவியான அண்ணி என்ன நினைப்பார்கள் என்று மனோகருக்கு மிகுந்த மன வருத்தத்தை தந்தது. அந்த வருத்தம் நியாயமான

ஒன்று... அது எல்லா மனிதர்களுக்கும் இருக்க வேண்டிய ஒன்று. இதைக் கேட்காமல் இருக்கக் கூடாது என்று எண்ணி தனது வீட்டுக்கு சென்று நியாயம் கேக்க... வாக்குவாதம் பிரச்சனையாக மாற்றப்பட்டது.

தங்கினால் அண்ணியுடன் தங்கு இல்லை என்றால் இந்த ஓடுகாலியை அழைத்துக்கொண்டு எங்கு வேண்டுமானாலும் செல் என்ற உண்மையான வார்த்தைகளின் விளைவு... மகளிர் காவல் நிலையத்தில் புகார்.

ஓடுகாலிக்கு விவரம் கொஞ்சம் அதிகம்தான் சீருடைப் பணியில் இருப்பவன் மீது புகார் கொடுக்கப்பட்டால் வேலை போகும் அபாயம் இருக்கும் என்ற தந்திரத்தைப் பயன்படுத்தி மனோகரைச் சரியாக மாட்டி வைத்தாள்.

மனோகர் பயத்தில் பதறித்தான் போனார். ஆனால், மனோகரை மேலிட உத்தரவின்றி போலீஸ் கைது செய்ய இயலாது.

“மனோகர் கேஸ் பீன் அப்பாய்ன்டட் பைய் தி பிரசிடென்ட் ஆஃப் இந்தியா...”

அவரைக் கைது செய்ய வேண்டும் என்றால் ஒரு ஐ.பி.எஸ் அதிகாரிதான் வர வேண்டும்.

அதுவும் மேலிடத்தில் உத்தரவு பெற்று... இது தெரியாத பத்து மாத குழந்தையை வயிற்றில் சுமப்பதுபோல் வயிறு வைத்து இருந்த லேடி இன்ஸ்பெக்டர் துடித்தாள். பிரசவ வலியில் துடிப்பதுபோல் மனோகரை கைது செய்வதற்கு. ஓடுகாலியான பெண்ணின் உரிமை காப்பதற்காக.

அதுவும் போக மனோகரின் அண்ணன் வழக்கறிஞர் என்பதால் கைது ஆவதில் இருந்து காப்பாற்றப்பட்டான்.

மனோகரின் கமாண்டிங் ஆஃபீஸருக்கு தெரிவிக்கப்பட்டது. “கம் ஆன் மேன்... வீ வில் ஷார்ட் அவுட் தி இசுவ்ஸ் ஓவர் ஏ கால், கம் அண்ட் ஜாயின் தி டூட்டி..” என்று சொன்ன பிறகு...

குடும்பப் பிரச்னை சமாதானமாகப் போகிறோம் என்று சொல்லி `காவல் நிலையத்துக்கு ஐந்தாயிரம், ஓடுகாலிக்கு பத்தாயிரம் கொடுத்து, இருக்கும் உயர் பதவியை மனைவிக்கும் குழந்தைகளுக்காகவும் காப்பாற்றினால் போதும்... அத்துடன் டிபார்ட்மென்டின் மரியாதையையும் காப்பாத்த வேண்டும்‘ என்று விடுப்பிலிருந்து வேலையில் வந்து சேர்ந்தார் மனோகர்.

அலுவலகம் சென்ற மனோகருக்கு ஆயிரம் சல்யூட் அடிக்கப்பட்டது. இந்த நிகழ்வுக்கு முன் மனோகர் தன்னையும் தன் அதிகாரி பதவியையும் மிகப் பெருமையாக நினைத்து வந்தார். ஆனால்,' கடந்த சில நாள்களாக அவை அனைத்தும் தூள் தூளாக நொறுக்கப்பட்டு, ஒரு செத்த பாம்புக்கு சமமாகத் தோன்றியது ஒரு ஓடுகாலியின் ஒரு பொய் புகாரால்...

இங்கே சட்டம் சில நேரம் பொய்யான புகார்களுக்கு மரியாதை கொடுக்கிறது. புகார் கொடுத்தது ஒரு பெண் என்ற ஒரே காரணத்தால்... என்ன பிரயோஜனம். பலநாள் கஷ்டத்தைப் பார்த்து படித்து பல நேர்முகத் தேர்வில் வென்று சமையல்காரன் முதல் ஷூ துடைப்பதற்கும் கார் கதவு திறந்து விடுவதற்கும் செல்லும் இடமெல்லாம் சல்யூட் அடிப்பதற்கு பணி ஆட்கள் இருக்கும் ஒரு உன்னதமான உயர் பதைவியை அடைந்தும், ஒரு ஓடுகாலிக்கு அடிபணிய வேண்டிய நிலை ஏற்பட்டுவிட்டதே என்று எண்ணி எண்ணி தூக்கத்தைத் தொலைத்துவிட்டு துக்கத்தை மட்டும் கைவசப் படுத்தினார் மனோகர்.

ஒரு வழியாக மனோகருக்கு புரிந்தது... இங்கே உணர்ச்சி வசப்படுவது வேலைக்கு ஆகாது. புத்தியை உபயோகப் படுத்த வேண்டும், மகாபாரதத்தில் சுபலன் பீஷ்மரை பழிவாங்க எப்படி சகுனியை உருவாக்கினாரோ அப்படி... கூட இருந்தே குழி பறிக்க வேண்டும். சில கெட்ட எண்ணம் கொண்ட மனிதர்களை சூறையாட திருச்செந்தூரில் இருந்து முருகன் புறப்பட்டு வரமாட்டார்... அதை நாமே செய்ய வேண்டும். அவமானம் நமக்கு ஏற்பட்டிருக்கிறது. நாம்தான் அதை நிவர்த்தி செய்ய வேண்டும். தனக்காக இல்லை என்றாலும், ஒரு பாவப்பட்ட பெண் தன் கணவன் தன்னை விட்டு ஒரு ஒழுக்கம் கெட்ட பெண்ணுடன் வாழும்போது ஒன்றும் செய்ய துணிவில்லாமல் அவர் சந்தோசமாக இருந்தாலே போதும் என்று சொல்லும் ஒரு உத்தமி அண்ணியை மனதுக்குள் சிரிக்க வைக்கவாவது செய்ய வேண்டும்.

எனக்கு மகன்போல ஒரு கொழுந்தன் இருக்கின்றான் என்ற உணர்வை ஏற்படுத்த வேண்டும்... என் மாமனாரும் மாமியாரும் இறந்துவிட்டார்கள்... நான் வாக்கப்பட்டு வந்த இடத்தில் என் கணவனும் என்னை விட்டு சென்றுவிட்டான். நான் யாருக்காக வாழ்வது என்ற சந்தேகம் வரக்கூடாது. தீர்க்க வேண்டும்... அந்த பிரச்னை தீர்க்க வேண்டும்

கடவுள் மனிதர்களின் ரூபத்தில் வருவார்கள் என்ற நம்பிக்கையில் வாழும் அந்த அண்ணி என்ற அம்மாவின் நம்பிக்கையை நிலை நாட்டுவதற்காகவாவது இந்தக் காரியத்தை செய்தாக வேண்டும் என்று தோன்றியது மனோகருக்கு.

பசுத்தோல் போர்த்திய புலியாக மாறினார் மனோகர். சத்திரபதி சிவாஜி கொரில்லா அட்டாக் செய்தது வரலாற்றில் சொல்லப்பட்டிருக்கிறது. இங்கே சத்திரபதியின் வீரம் தேவையில்லை சகுனியின் சாமர்த்தியமே போதுமானது.

தினமும் கைபேசியில் அழைத்து நலம் விசாரித்தார்...

பணம் காசு வேண்டுமா என்று கேட்டு பணம் அனுப்பி வைத்தார். அழிச்சாரியை அண்ணி என்று அழைக்கத் தொடங்கினார்.

அங்கே அண்ணன் முதல் அழிச்சாரி வரை மனோகரை வீழ்த்திவிட்டதாக எண்ணி ஆனந்தப் பட்டுக்கொண்டிருந்தனர்.

இங்கே மனோகரோ...

நல்ல தீர்ப்பை உலகம் சொல்லும் நாள் வரும்போது `அங்கே சிரிப்பவர் யார் அழுபவர் யார் தெரியும் அப்போது...' என்று பாடல் கேட்டுக்கொண்டிருந்தார்.

அதே சமயம் அவர்களின் நம்பிக்கைக்குப் பாத்திரமாகி கேட்கும் போதெல்லாம் பணம் கொடுக்கும் அட்சய பாத்திரமாகவே மாறினார் மனோகர். இதற்குத்தானே ஆசைப்பட்டாய் பாலகுமாரா என்று சந்தோஷப்பட்டு விடுமுறை எடுத்து ஊருக்கு வந்தடைந்தார் மனோகர்.

நல்ல வரவேற்பு ஊரில்... உணவு மட்டும் வெளியில் இருந்து வரவழைத்துவிட்டார் மனோகர். புருசனையும் கைக்குழந்தையையும் விட்டு வரத் தெரிந்தவளுக்கு சொத்துக்காக சோத்தில் விஷம் வைக்க தெரியாதா என்ன?

மதிய உணவு உண்ணும்போது அந்த ஓட்டு வீட்டில் இருந்து ஒரு வெளிச்சம் வீட்டுக்குள்ளே தெரிந்தது அது உடைந்த ஓடு... மனோகருக்கு அது தெரிந்த விஷயமே அதுதான் அவரின் டிரம்ப் கார்டு... மெல்ல கரு அறுக்கும் பேச்சைத் தொடங்கினார்.

"என்ன அண்ணி, வெயில் வீட்டுக்குள்ள வருது..! இப்பவே இப்படினா... மழைக்காலத்தில் எப்படி சமாளிக்கிறீங்க?"

"ஆமா மனோகர், இந்த ஓட்ட கொஞ்சம் மாத்தணும்... நீ பார்த்து செஞ்சாதான் உண்டு..."

“அட போங்க அண்ணி, இவ்வளவுதான... இந்த வீட்டையே மாத்திக் கொடுக்கிறேன்... என்ன ஒரு ரெண்டு லட்சம் செலவு ஆகுமா? நாளைக்கே வேலையை ஆரம்பிச்சுடலாம்...” என்று சொன்னதும் பலிகடா ஆகப் போவது தெரியாமல் அப்போதைக்கு அண்ணி என்று அழைக்கப்பட்ட ஆடு “சரி” என்று சந்தோசத்தில் தலையை ஆட்டிக்கொண்டிருந்தது.

கூடப் படித்த, உண்மையிலேயே பொறியாளராக இருக்கும் நண்பரை அழைத்து, அளவு எடுத்து அழகாகப் பொய் சொல்லப்பட்டது... “வீடு ஒரு மாதத்தில் புதுப்பிக்கப்படும்” என்று.

“ஒரு மாசம் நான் எங்கே இருப்பேன்?” என்று கேட்ட அன்றைய தினத்தில் அண்ணிக்கு பதில் அளித்தான் மனோகர்.

“எதுக்கு கவலைப்படுறீங்க. வீடு ஒண்ணு பார்த்தாச்சு... அட்வான்ஸும் குடுத்துட்டேன்... நீங்க அங்க மாத்துங்க. இந்த வீட்டு வேலை முடிஞ்சதும் இங்க வந்துடுங்க. இந்த வீட்டுக்கு வர்ற வரைக்கும் அந்த வீட்டுக்கு நான் வாடகைக் கொடுக்கிறேன். நீங்க எனக்கு சீதை... அண்ணன் எனக்கு ராமன். நான் உங்களுக்கு அனுமன் மாதிரி!” என்று பொய் பேசும் மனோகரைப் பார்த்து சிரித்துக்கொண்டிருந்தாள் சூர்ப்பணகை... மூக்கு அறுபடப் போவது தெரியாமல்.

‘உண்மை பேசினால் உலகம் நம்புவதில்லை. பொய் பாராட்டுக்கு ஏங்கிக்கிடக்கும் மக்கள், நீ செய்வது தவறு என்று கூறும்போதே உன்னை திருத்திக்கொண்டிருக்க வேண்டும். ஆனால், நீ திருத்திக்கொள்ளவில்லை. ஆகவே, நீ இப்போது திருத்தப்படப்போகிறாய்...’ என்று மனதில் சிரித்துக்கொண்டார் மனோகர்.

சொன்னபடி வீடு மாற்றப்பட்டது. மாற்றியதும் பழைய வீட்டில் ஓடுகள் பிரிக்கப்பட்டன. தற்கால அண்ணிக்கு பொறுப்பு கொடுக்கப்பட்டது. அன்றைய தினத்தில் வேலை பார்ப்பவர்களுக்கு சம்பளம் கொடுக்கும் முதலாளியாக மாற்றப்பட்டபோது இருக்கும் இடத்தை விட்டு இல்லாத இடம் தேடி எங்கோயோ அலைகின்றாய் ஞானத்தங்கமே என்ற பாடலுடன்... யானை தன் தலையின் மீது மண் வாரி தூற்றிக்கொள்ளும் என்பதற்கு அர்த்தம் புரிந்தது மனோகருக்கு.

போ மகளே போ.... நீ தெருவில் நிற்கும் காலம் வந்துவிட்டது. உன்னை பார்த்து உலகம் சிரிக்கும் காலம் வந்துவிட்டது. இந்த இரண்டு நாள்களுக்கு நீ முதலாளியாக இருந்துவிட்டுப் போ... இதற்கு பின் வரும் காலம் உன் இருண்ட காலமாக இருக்கும். ஒரு சீருடை பணியில் இருக்கும் ஒரு நல்ல மனிதனை கவுக்க நினைத்ததன் பலன்... 'வசந்தகால நதிகளிலே, வைரமணி நீரலைகள்...'

வீடு தரைமட்டம் ஆக்கப்பட்டது. தரைமட்டம் ஆக்கப்பட்ட இடத்தில் மேற்கொண்டு ஒன்றும் செய்யவில்லை. மனோகர் ஒரு மாதத்துக்கு எல்லா சேவைகளையும் செய்தார். வாடகை கேட்டு வீட்டு முதலாளி வந்ததாக தற்காலிய அண்ணி கூறினாள்.

"ஓ... அப்படியா" என்றான்.

வீட்டு ஓனரின் நம்பரில் அழைப்பு விடுத்து வரவழைத்தார்.

"வாடகை கொடுக்கவில்லை என்றால் என்ன செய்வீர்கள்" என்று கேட்டபோது,

"வீட்டில் இருக்கும் சாமான்களை வெளியே தூக்கி எறிவோம்" என்றார்.

"சரி, நீங்கள் உங்கள் கடமையைச் செய்யுங்கள்" என்று கூறிவிட்டு தனது உண்மையான அண்ணிக்கு கைபேசியில் அழைப்பு கொடுத்து அங்கு வரவழைத்தார். வீட்டில் இருக்கும் சாமான்கள் வீட்டு முதலாளியால் சூறையாடப் பட்டுக்கொண்டிருந்தது. ஓடுகாலி ஒதுங்க இடமின்றி ஒப்பாரி வைத்துக்கொண்டிருந்தாள்.

'அடே அண்ணா, பெயர் அளவிலும் லீலைகளிலும் கண்ணனாக நீ இருந்துகொள். செயல் அளவில் நான் மட்டுமே கண்ணனாக இருப்பேன்...' என்று என்னும்போது உண்மையான அண்ணி கொழுந்தனைக் கட்டிப்பிடித்து முத்தம் கொடுத்துக்கொண்டிருந்தாள். அந்த முத்தத்தில் இறந்துபோன அம்மாவின் வாசனை வந்தது மனோகருக்கு... அத்துடன் தர்மம் வெல்லும் என்ற நம்பிக்கையும்...

●

குழந்தைகளும் குருக்கள்தாம்

கொரோனா நம் நாட்டுக்குள் விருந்தாளியாக வந்ததும், உலகமே சிதறத்தொடங்கியது, பாவங்கள் பெருகிவிட்டது உலகம் அழியப்போகிறது என்றார்கள், பொருளாதாரம் வீழப்போகிறது என்றார்கள், மக்களின் பயம் பெருக ஆரம்பித்தது வரப்போகும் கஷ்டங்களை எண்ணி, அரசாங்கம் துரிதமாக செயல்பட்டது, லாக்டௌன் ஆரம்பமானது சிதறிக்கிடந்த குடும்பங்கள் ஒன்றுசேர்ந்தது, பெரும்பாலான மக்கள் தவறான இடங்களில் மாட்டிக்கொண்டு தவித்தனர், மக்கள் முடிந்தவரை தத்தம் ஊர்களுக்குப் புறப்பட்டனர், நானும் ஊருக்குச் சென்றடைந்தால் போதும் எனக் கடைசி விமானம் பிடித்து ஹைதராபாத் வந்தடைந்தேன்.

மனைவி ஜோதிக்கு ஹைதராபாத்தில் பன்னாட்டு கணினி நிறுவனத்தில் வேலை. வீட்டில் இருந்து வேலை செய்ய உத்தரவு கிடைத்துவிட்டது எனக்கு இம்பால் மணிப்பூரில் மத்திய அரசு விளையாட்டுத் துறையில் பயிற்சியாளர் வேலை. வீட்டிலிருந்து பார்க்கும் வேலை அல்ல என்னுடையது. எங்களுக்கு இரண்டு மகள்கள், மூத்தவள் ஆனந்தி எட்டாவதும், இளையவள் பிரசாந்தி ஆறாம் வகுப்பிலும் படிக்கின்றனர்.

பள்ளிகள், பூங்காக்கள், திரையரங்குகள் மூடப்பட்டன. போக்குவரத்துகள் நிறுத்தப்பட்டன. அத்தியாவசிய பொருள்களை வாங்க காலை ஆறு மணி முதல் ஒன்பது மணி வரை அங்காடிகள் திறக்கப்படும் என தெரிவிக்கப்பட்டது. அடுத்த ஒரு மாதத்துக்குத் தேவையான அனைத்துப் பொருள்களும் ஏற்கெனவே வாங்கி வைத்துவிட்டாள் மனைவி, காய் கறிகள் தவிர.

எனக்கு ஒருபக்கம் கொரோனாவின் பயம் இருந்தாலும் மறுபக்கம் மனைவி மக்களுடன் இருக்கப்போகும் சந்தோசம், குழந்தைகளை பிரிந்திருப்போருக்கு மட்டுமே அந்த சந்தோசத்தின் அர்த்தம் புரியும். எல்லாம் ஆகிவிட்டது வேலை ஒன்றுமில்லை பொழுதை எப்படிக் கழிப்பது என்பது மட்டுமே கேள்விக்குறியாக இருந்தது. புத்தகம் வாசிக்கும் பழக்கத்தை நிறுத்தி வெகு நாள்கள் ஆகிவிட்டன. அதிக நேரம் தொலைக்காட்சி பார்க்க இயலாது, மனைவியின் அலுவலகம் வீட்டுக்குள் ஆக்கிரமித்துக்கொண்டதால், சாப்பிடும் நேரம் அல்லது மனைவியின் பணி நேரம் முடிந்த பிறகே தொலைக்காட்சிக்கு அனுமதி, இது மனைவியின் எழுதப்படாத சட்டம்.

வேறு வழி இல்லை, நான் தலைமை சமையல்காரனாக உருவெடுத்தேன். யூடியூபை நண்பனாக மாற்றிக்கொண்டேன். என் இரு குழந்தைகளும் எனக்கு உதவியாளர்களாக மாறிவிட்டனர். அப்பா சமைக்கப்போகிறார் என்றதும் ஆனந்தத்துக்கு அளவே இல்லை அவர்களுக்கு, நீங்கள் சாப்பிட்டு முடித்த பின்தான் நாங்கள் சாப்பிடுவோம் என மனைவி கிண்டலடித்தாள். நானும் குழந்தைகளும் பல விவாதத்துக்குப் பிறகு, அன்றைய உணவை முடிவு செய்து சமைக்கத் தொடங்குவோம், நாட்கள் கடந்தன, விதவிதமான சமையலை கற்றுக்கொண்டோம்.

நானும் என் மனைவியும் நிறைய பேசுவோம் செய்தித்தாளையும் தொலைக்காட்சியையும் பார்த்துவிட்டு, காரணம் எங்களுக்கு அடுத்த வேளை சாப்பாட்டுக்கு என்ன செய்யப்போகிறோம் என்ற கவலை இருந்ததில்லை. அரசாங்கத்தையும் அரசியல்வாதிகளையும் குறை சொல்லிக்கொண்டிருப்போம். ஏதோ நாங்கள் இருவர் மட்டும்தான் பெரிய ஜீனியஸ்போல. எனக்குத் தோன்றுவதுண்டு சில நேரம்,

“நாம் ஏன் நம் கையில் இல்லாததைப் பற்றி விவாதித்துக் கொண்டிருக்கிறோம்” என்று என் மனைவியிடமும் கேட்டு விடுவேன்.

“எல்லா தொலைக்காட்சிலயும் நாலு பேரு உட்காந்து தினமும் பேசுறாங்க, அவங்க பேசி மட்டும் எல்லாத்துக்கும் ஒரு முடிவு வந்துட்டா என்ன, அவங்க பேசுறதையே வேலையா வச்சிருக்காங்க, நம்ம இப்போ வேற வேலையில்லாமல் பேசிக்கிட்டிருக்கோம், அவ்வளவுதான் வித்தியாசம்” என்பாள் என் மனைவி.

நெட்ஃபிலிக்ஸும் அமேசான் ப்ரைமும் எங்களின் சொந்தங்களாக மாறிவிட்டன. ஏறக்குறைய எல்லா புதுப்படங்களையும் பார்த்தாகிவிட்டது, நாங்கள் சினிமா பார்ப்பதில் ஐம்பது வருடங்கள் பின்னோக்கி பயணித்தோம்... சிவாஜி மற்றும் எம்.ஜி.ஆர் எங்கள் குழந்தைகளுக்கு அறிமுகமானார்கள், கர்ணன் படத்தைப் பார்த்து கண்ணீர்விட்டு அழுதார்கள், அதன் பின் சிவாஜியின் காவியப் படமாக பார்த்துத்தள்ளினார்கள்.

விருந்தும் மருந்தும் மூன்று நாளைக்குத்தான் என்பது போல எல்லாமே சலித்துவிட்டது. மனது வேறு ஏதோ பொழுதுபோக்கை தேடி அலைய ஆரம்பித்தது ஆண்ட்ராய்டு கைபேசியில் கேரம் போர்ட், வேட்க்ரஷ், சேவ் தா பிஷ் மற்றும் லூடோ கிங் போன்ற பல விளையாட்டுகள் தென்பட்டன. அனைத்தையும் விளையாடிப் பார்த்தேன் முடிவில் லூடோ கிங் என் மனதை ஆக்ரமித்துக் கொண்டது.

ஆக தொடர்ந்து லூடோ கிங் விளையாடத் தொடங்கினேன். தோல்வி மேல் தோல்வியைக் கண்டேன், தோற்கும்போதெல்லாம் மீண்டும் ரீசார்ஜ் செய்தேன். பதினைந்து நாள்களில் மூன்று முறை ரெண்டாயிரம் வீதமாக மொத்தம் ஆறாயிரம் செலவு செய்தேன், மனதுக்கு நிம்மதி இல்லை. இருந்தாலும் லூடோ கிங்கை விடவில்லை.

லூடோ கிங்கின் போதை தலைக்கேறியது. சமையலில் நாட்டம் குறைந்தது, மனைவியும் குழந்தைகளும் என் மீது எரிச்சலடையத் தொடங்கினர். அன்பு பாசத்தில் கொஞ்சம் விரிசல் விழுந்தது, அவ்வப்போது வார்த்தை பரிமாற்றத்தால் மனஸ்தாபம் ஏற்பட்டது.

“அப்பா பசிக்குது, சாப்பாடு வேணும்” என குழந்தைகள் கேட்கும்போது,

“இருக்குறத எடுத்துச் சாப்பிடுங்க. இல்லேன்னா அம்மாவை செய்யச் சொல்லுங்க” என்று லுடோவிலிருந்து பார்வையை எடுக்காமல் பதில் சொல்லுவதும், குழந்தைகள் மனதுக்குப் பிடித்த உணவைக் கேட்கும்போது,

“லாக்டௌன் நேரத்திலே எத்தனை மக்கள் பசி பட்டினியில் செத்துக்கொண்டிருக்கிறார்கள் தெரியுமா, உங்களுக்கு என்னன்னா வித விதமா சாப்பாடு தேவைப்படுகிறது” என்று செல்லமாக வளர்த்த பிள்ளைகளை திட்டுவதும் வழக்கமான ஒன்றாகிப்போய்விட்டது, ஆனால் லூடோவை விட்டபாடில்லை.

எங்கள் வீட்டுக்கு எதிரே ஒரு அப்பார்ட்மென்ட் கட்டிக்கொண்டிருந்தார்கள். அதில் ஒரு வடநாட்டு கட்டடத் தொழிலாளி தங்கியிருந்தான். கொரோனா காரணமாக வேலை நிறுத்தப்பட்டு அங்கு வேலை செய்த அனைவரும் ஊருக்கு சென்றுவிட்டனர். இந்த ஒரு தொழிலாளி மட்டும் ஊருக்கு செல்லாமல் இங்கேயே குடும்பத்துடன் தங்கிவிட்டான். அந்தத் தம்பதிக்கு பத்து வயது மகனும் நான்கு வயது பெண் குழந்தையும் இருந்தனர். நான் வராண்டாவில் இருந்து லூடோ விளையாடும் போதெல்லாம் அவர்களைப் பார்க்க நேரிடும். அந்தப் பெண்மணி கட்டடத்தின் வாசலில் அமர்ந்து பிள்ளைகளுக்கு சாப்பாடு ஊட்டிக்கொண்டிருப்பாள் அல்லது அந்த ஆணும் பெண்ணும் அமர்ந்து பேசிக்கொண்டிருப்பார்கள், பிள்ளைகள் விளையாடிக்கொண்டிருக்கும். சில நேரம் பிள்ளைகளின் அழு குரல் கேட்கும், சில நேரம் ஏதோ குடும்பத்தகராறு நடப்பது தெரியவரும். அடுத்த வீட்டில் என்ன நடந்தால் நமக்கென்ன என்று நான் என் லூடோவில் மூழ்கியிருப்பேன்.

அன்றும் வழக்கம்போல ரெண்டாயிரம் ரூபாய்க்கு லூடோ ரீசார்ஜ் செய்துவிட்டு இன்று எப்படியாவது லூடோ கிங்கில் வெற்றி பெற வேண்டும் என்ற வேகத்துடன் விளையாடத் தொடங்கினேன். சற்றுநேரத்தில் அந்தத் தொழிலாளியின் மனைவி தன் நான்கு வயது குழந்தையுடன்

"பச்சாவோ பச்சாவோ" எனக் கத்தி அழுதுகொண்டே வெளியே வந்தாள். நான் சத்தம் கேட்டு நிமிர்ந்து பார்த்தேன். தம்பதிக்கிடையே சண்டை முத்திவிட்டது தெரிந்தது.

என் மனைவியும் குழந்தைகளும் வராண்டாவுக்கு வந்துவிட்டனர். நான் விளையாடுவதை நிறுத்திவிட்டேன். அவன் அவளை அடித்திருப்பான் போல. அந்தப் பெண் ரோட்டில் நின்றுகொண்டு அழுதபடியே இந்தியில் கேள்வி கேட்டுக்கொண்டிருந்தாள்.

"பிள்ளைகள் ஒரு வாரமாக சரியாக சாப்பிடவில்லை சின்ன குழந்தை காலையிலிருந்து பாலுக்காக அழுகிறது, உனக்குமட்டும் சாராயம் குடிக்க எங்கிருந்துதான் காசு வருதோ, அட ஆண்டவனே நான் யார்கிட்ட சொல்லுவேன், என்னத்த செய்வேன்" என்று,

பத்து வயது பையன் அழுதுகொண்டிருந்தான் அம்மாவின் கால்களைக் கட்டிக்கொண்டு, சிறு குழந்தை, வயிற்றைக் காட்டி காட்டி பசியினால் அழுதது.

பார்க்கவே பரிதாபமாக இருந்தது. அக்கம் பக்கத்துக்கு மனிதர்களெல்லாம் பார்த்துவிட்டு உள்ளே சென்று விட்டனர் நானும் என் மனைவியும் தர்மசங்கடமாக உணர்ந்தோம். என்னுள் ஏதோ வலி ஏற்பட்டது, எங்கள் பக்கத்தில் நின்று எல்லாவற்றையும் கவனித்துக்கொண்டிருந்த எங்கள் குழந்தைகளைக் காணவில்லை. ஓர் இரு நிமிடத்தில் எங்கள் இரு குழந்தைகளும் உள்ளே அப்போது சாப்பிடுவதற்கு என்னவெல்லாம் இருந்ததோ அனைத்தையும் இரண்டு மூன்று பாத்திரத்தில் போட்டுக்கொண்டு எங்களைக் கடந்து சென்றார்கள். அந்தச் சாப்பாட்டை அந்தப் பெண்ணிடமும் பையனிடமும் கொடுக்க, அதை வாங்குவதற்கு அவர்கள் லேசாக தயங்க, "சும்மா வாங்கிக்கோங்க" என்று கொடுத்தார்கள்.

என் இளைய மகள் அந்தப் பையனைப் பார்த்து,

"இனிமே என்ன வேணுமுன்னாலும் எங்களைக் கேளு" என்று சொல்லிவிட்டு நான்கு வயது குழந்தையை லேசாக கன்னத்தில் தட்டிவிட்டு `நீ சாப்பிடு அழக்கூடாது' என்று கூறிவிட்டு எங்களை நோக்கி வந்தனர். நானும் என்

மனைவியும் கண்ணீர் மல்க எங்கள் குழந்தைகளைக் கட்டிப் பிடித்துக்கொண்டோம்.

நான் மீண்டும் லூடோ விளையாட ஆரம்பித்தேன். ஜெயிக்க வேண்டும் என்ற மனநிலையில் ரீசார்ஜ் செய்த எனக்கு ஏனோ ஜெயிக்க மனமில்லை. வேண்டுமென்றே எல்லா காயின்சுகளையும் தோற்றேன். முதல் முறையாக தோல்வியில் வருந்தவில்லை, தோற்று முடித்ததும் லூடோ கிங் ஆப்பை செயலியில் இருந்து தூக்கி எறிந்தேன், மனது சந்தோசமாக இருந்தது.

அடுத்த நாள் காலையில் எழுந்ததும் முதல் வேலையாக கடைக்குச் சென்று ரெண்டாயிரம் ரூபாய்க்கு அரிசி பருப்பு மற்றும் மளிகை சாமான்கள் அனைத்தும் வாங்கி வந்து என் குழந்தைகளிடம் கொடுத்து அனுப்பினேன்.

"பணமாகக் கொடுத்தால் அந்த மனுசன் தண்ணியடிக்க் கொண்டுபோயிருவான். அதான் பொருளா வாங்கிட்டு வந்தேன்" என்றேன் மனைவியிடம்.

"நீங்க ஊருக்கு வந்ததிலேயிருந்து இன்னைக்குத்தான் உருப்படியா ஒருவேலை செஞ்சிருக்கேங்க" என்றாள் என் மனைவி சிரித்துக்கொண்டே.

அன்று முதல் அரசாங்கத்தையும் அரசியல்வாதிகளையும் குறை சொல்வதை நிறுத்திவிட்டு நம்மால் மற்றவர்களுக்கு என்ன உதவி செய்ய இயலும் என யோசிக்க ஆரம்பித்தோம்.

பொருள்களைக் கொடுத்துவிட்டு உள்ளே வந்த குழந்தைகள், "அம்மா பசிக்கிறது" என்றனர்.

மனைவி "என்ன வேண்டும்" என்றாள்,

`என்ன இருக்கோ குடுங்க போதும்" என்றனர்.

நானும் என் மனைவியும் நெகிழ்ச்சி நிறைந்த ஆச்சரியத்துடன் பார்த்து குழந்தைகளை வாரி அணைத்துக்கொண்டோம்.

இப்போது எனக்கு ஆயிரம் முறை லூடோ கிங்கில் வெற்றி பெற்ற மகிழ்ச்சி..!

மனிதாபிமானம்

சென்னையில் ஒரு தனியார் பள்ளியில் விளையாட்டு ஆசிரியராக வேலை பார்த்துக் கொண்டிருந்த ரமேஷுக்கு குஜராத்தில் காந்திநகரில் ஒரு கல்லூரியில் படிப்புக்கு ஏற்றாற்போல விளையாட்டுத்துறை இயக்குநராக வேலை கிடைத்ததும், சென்னையில் இருந்து புறப்பட்டு வந்தடையும் முன்பே, கல்லூரி நிர்வாகத்தின் உதவியோடு பார்த்து வைக்கப்பட்டிருந்த வீடு இருக்கும் அந்த அடுக்குமாடி கட்டடத்தின் பேஸ்மென்ட்டில் லிப்ட் முன்பாக நின்றுகொண்டு டெம்போவில் இருந்து இறக்கி வைத்த பொருள்களை சரிபார்த்துவிட்டு ஒவ்வொன்றாக லிப்ட் வழியாக பதினஞ்சாவது மாடியில் இருக்கும் தனது வீட்டுக்கு அனுப்பிக் கொண்டிருந்தான் வேலை ஆட்கள் மூலமாக.

சற்று நேரத்தில், அழகாக சேலை அணிந்து, உஷாஉதுப் போல அருமையாகப் பொட்டு வைத்து அங்கு வந்த 35 வயது மதிக்கத்தக்க பெண், தன்னை அந்த அடுக்கு மாடி குடியிருப்பின் அஸோசியேஷன் செயலாளர் என அறிமுகம் செய்துகொண்டாள் குஜராத்தியில்... ரமேஷ் LNIP-யில் (லட்சுமிபாய் நேஷனல் இன்ஸ்டிடியூட் ஆப் பிசிக்கல் எஜுகேஷன், குவாலியர்) படிக்கும்போது இந்தி நன்றாகக் கற்றுக்கொண்டான்.

அந்தப் பெண் சொல்வதைப் புரிந்துகொண்ட ரமேஷ், "ஓ... அப்படியா? தங்களை சந்தித்ததில் மிக்க மகிழ்ச்சி... தனக்கு குஜராத்தி தெரியாது, ஆங்கிலமும் இந்தியும் தெரியும்" என்று ஆங்கிலத்தில் கூறினான்.

உனக்கு எந்தெந்த மொழிகள் தெரிந்தால் எனக்கென்ன என்பது போல... `ஒ சப் டீக் ஹை...'

"அதெல்லாம் சரி... இந்தப் பெரிய பெரிய பொருள்களையெல்லாம் லிப்ட்டில் எடுத்துச் செல்லக் கூடாது படிக்கட்டு வழியாகத்தான் எடுத்துச் செல்ல வேண்டும். இது மக்கள் செல்வதற்காக மட்டும் பயன்படுத்தப்படுவது" என்றாள் கறாராக.

ரமேஷ் கொஞ்சம் ஜாலி டைப். இரவு நேரம் என்பதால் ஏற்கெனவே ரெண்டு பெக் சிவாஸ் ரேகள் ஏற்றியிருந்தான்.

அந்தப் பெண்ணின் அதிகார தோரணை நிறைந்த அந்த வார்த்தைகளைக் கேட்டு ரமேஷுக்கு, `என்ன இந்த செயலாளர் பெண் இப்படிச் சொல்லுகிறார். பீரோ பிரிட்ஜ் கட்டில் எனப் பெரிய பொருள்களை எப்படி படிக்கட்டின் வழியாக பதினைந்தாவது மாடி வரை எடுத்துச் செல்ல முடியும். இங்கே வேலைக்கு வந்திருக்கும் வேலைக்காரர்களும் மனிதர்கள் தானே. இப்படிப் பேசும் மனிதர்களுக்கு மனசாட்சி என்று ஒன்று இருக்கிறதா?

வீட்டை விட்டு வெளியே வரும்போது நகைகளையும் நல்ல உடைகளையும் அணிந்து வரும் ஆணோ அல்லது பெண்ணோ மனிதாபிமானத்தை மட்டும் கழற்றி வைத்து விட்டு வருகிறார்களா..? அல்லது மெத்த படிக்க நேரம் கிடைத்தவர்களுக்கு மனிதாபிமானத்தைப் பற்றிப் படிக்க நேரம் கிடைக்கவில்லையா? எதற்கு முக்கியத்துவம் கொடுக்க வேண்டும் என இவர்களுக்கு தெரியவில்லையே?' எனத் தோன்றியது.

"எஸ்.... ஆல் தட் க்ளிட்டர் இஸ் நாட் கோல்ட்" என்று தனக்குத்தானே கூறிக்கொண்டான்.

இதைக் கேட்ட அந்தப் பெண், "ஏ மிஸ்டர் கம் எகைன்... கம் எகைன்" என்றாள்.

"ஒன்றுமில்லை மேடம். தங்களுக்கு முகத்தில் இருக்கும் அழகு அகத்தில் இல்லையே" என்று சொன்னேன்.

இதைக் கேட்ட அந்தப் பெண், "அநாவசியமான வார்த்தைகளைப் பேச வேண்டாம். இந்த அடுக்கு மாடி குடியிருப்புக்கென்றே சில கட்டுப்பாடுகளும் விதி முறைகளும் இருக்கின்றது. அதை இங்கே குடியிருப்பவர்கள் அனைவரும் கடைப்பிடிக்க வேண்டும் இது அஸோசியேஷனின் கட்டளை" என்றாள், கண்களை பெரிதாக வைத்துக்கொண்டு.

அப்போது அவளைப் பார்க்கும்போது கல்கத்தா மஹாகாளி கோவிலின் காளியம்மன் ஞாபகம் வந்தது நாக்கு மட்டும் தான் வெளியே வரவில்லை என்று தோன்றியது ரமேஷிற்கு.

அப்பெண் அக்கட்டளையை பிறப்பிக்கும்போது அப்பெண்ணுடன் நின்றுகொண்டிருந்த அடுக்கு மாடி குடியிருப்பு வாசிகள் குடியுரிமை பறிக்கப்பட்டு ஏதோ ஒரு நாட்டின் அகதிகள் முகாம்களில் தங்கியிருப்பவர்கள் போல ஏகோபித்த குரலில் ஆமாம்,

"ஆமாம்... செயலாளர் மேடம் சொல்லுவதுதான் சரி" என்றனர்.

ரமேஷுக்கு சிரிப்பு வந்தது, அடக்கிக்கொண்டு, "சரி அப்படியே செய்கிறேன். தயவுசெய்து கொஞ்சம் வழி விடுங்கள் என் ஆட்களை பொருள்களை எடுத்துச் செல்ல விடுங்கள்" என்று கேட்டுக்கொண்டு, அவர்கள் சென்றதும்...

`நீ என்ன சொல்லுவது நான் என்ன கேட்பது மனிதனின் கஷ்டங்களைவிட லிப்ட்டின் கஷ்டங்கள் பெரிதாகப்படுகிறதா இவர்களுக்கு? எழுதப்படாத சட்டங்களை வைத்துக்கொண்டு ஏகாதிபத்திய வேலைகளைச் செய்கிறார்கள். இவர்கள் இங்கே என்ன அரசாங்கத்தால் அங்கீகரிக்கப்பட்டவர்களா? அடுக்கு மாடி குடியிருப்பில் இருக்கும் சில அஸோசியேஷன் தலைவர்களும் செயலாளர்களும் தங்களை ஒரு வார்டன் போலவும் குடியிருப்பவர்களை ஒரு விடுதியில் தங்கியிருக்கும் மாணவர்கள் போலவும் நடத்துகிறார்கள்' என்று எண்ணிய ரமேஷ்,

"லிப்ட்டின் வழியாகப் பொருள்களை எடுத்துச் செல்லுங்கள் பிரச்னைகளை நான் பார்த்துக்கொள்கிறேன்" என்றான்.

விவரம் அறிந்து அடுத்த நாள் ஞாயிற்றுக்கிழமை அஸோசியேஷன் கூட்டம் கூட்டப்பட்டது, ரமேஷுக்கும்

அழைப்பு கொடுக்கப்பட்டது. அழைப்பைப் பார்த்துவிட்டு டஸ்ட் பின்னில் தூக்கிப்போட்டுவிட்டு போரோசில் கிளாசை எடுத்து ஏழு எட்டு ஐஸ் கட்டித் துண்டுகளைப் போட்டு சிவாஸ் ரேகளை எடுத்து ஒரு பெக் லார்ஜை ஐஸ் கட்டிகளின் மேலே ஊத்தி ஆன் தி ராக் செய்து...

ஒரு பச்சிளம் குழந்தையை கையிலே எடுத்து, எப்படி மெதுவாக ஆசையுடன் முத்தம் கொடுப்போமோ அப்படி தன் உதடுகளை போரோசிலினின் விளிம்பில் வைத்து ஒரு உறிஞ்சு உறிஞ்சியதும், காதலியுடன் முதன்முதலில் உதடுகளுடன் உதடு சேர்த்து கொடுக்கும் முத்தத்தின் ஆனந்தத்தை அடைந்தான் ரமேஷ்.

ஒரு பக்கம் "உன்னக்கென்ன மேலே நின்றாய் ஓ நந்த லாலா... உனதானைப் பாடுகின்றேன் நான் ரெம்ப நாளா..." என டிவியில் பாடல் ஓடிக்கொண்டிருந்தது.

கைபேசியில் அம்மாவின் அழைப்பு... நலம் விசாரித்து விட்டு "மூன்று தங்கைகளுக்கு திருமணம் செய்து வைத்துவிட்டாய், இனி என்ன, உனது எதிர்காலத்தைப் பார்க்க வேண்டாமா? முதலில் இருந்த வேலையைவிட இப்போது நல்ல வேலையாகவே கிடைத்துவிட்டது. அப்புறம் என்ன, திருமணம் செய்துகொள்ள வேண்டியதுதானே? பெண் பார்க்கட்டுமா" என்றாள்.

"அம்மா, கொஞ்சம் பொறுங்க... ஒண்ணும் அவசரமில்லை" என அழைப்பைத் துண்டித்தான் ரமேஷ்.

`அம்மா இப்படித்தான் ரெண்டு நாளைக்கு ஒருமுறை கல்யாணப் பேச்சை எடுப்பார்கள். அவர்களும் பாவம் என்ன செய்வார்கள். நமக்கே 38 வயசாகிவிட்டது. அவர்களோ நம்மைவிட வயசானவர்கள். மகனின் கல்யாணத்தைப் பார்க்க ஆசை இருக்கத்தானே செய்யும்' என்று ரமேஷ் நினைத்துக்கொண்டிருக்கும்போதே காலிங்பெல் சத்தம் கேட்டது...

கதவைத் திறந்து பார்த்தால் ஒரு வாலிப வயதுடைய நபர், "அஸோசியேஷன் கூட்டத்துக்கு அழைத்து வரச் சொன்னார்கள், செயலாளர் மேடம்" என்றான்.

"நான் டிரிங்ஸ் செய்துள்ளேன். இப்போது வந்தால் அவர்களுக்கு நல்லதல்ல... என்ன முடிவு எடுக்கிறார்களோ

எனக்கு தெரிவித்தால் போதும் என்று சொல்..." எனக் கூறிவிட்டு, கதவை அடைத்து உள்ளே வந்த ரமேஷ்,

"ஹ்ம்... ஏய், பெரிய பொட்டுக்காரி வசந்த சேனை, வட்டமிடும் கழுகே... என்னை மனோகரா சிவாஜி ரேஞ்சுக்கு பில்டப்பைக் கொடுத்து அழைத்து வரச்சொன்னாயா... மனிதாபிமானம் இல்லாத மனிதர்கள் அழைத்து, நான் சென்றால் அது என் தன்மானத்துக்கே இழுக்கு... இருப்பவனுக்கு ஒரு வீடு. இல்லாதவனுக்கு ஆயிரம் வீடு. நீ என்ன முடிவு வேண்டுமென்றாலும் எடுத்துக்கொள் கூட்டத்தில், அதைப் பற்றிக் கவலைப்படும் மனிதன் நான் அல்ல" என்று புலம்பிக்கொண்டே மீண்டும் ஒரு லார்ஜ் ஆன் தி ராகில் மலையேறினான்.

அடுத்த நாள் காலை கல்லூரிக்குப் புறப்படும்போது கேட்டு வாசலில் இருந்த காவல்காரன் கடிதம் ஒன்றைக் கொடுத்தான். பிரித்துப் பார்த்தான். விதிகளை மீறியதற்காக ரூபாய் 500 அபராதம் விதிக்கப்பட்டிருந்தது.

காவல் ஆளிடம் ரூபாய் ஐந்நூறுடன் ஐம்பது அதிகம் கொடுத்து, ஐந்நூறு அபராதத்துக்கு கட்டிவிட்டு ரசீது வாங்கி வை. ஐம்பது... நீ வைத்துக்கொள் என்றதும், அவன் சிரிக்க...

அவனுக்கும் சிரிக்கத் தெரியும் என்பது அப்போதுதான் ரமேஷுக்குத் தெரிந்தது.

"சரி, இந்தக் கடிதம் கொடுத்தது யார்" என்றான் ரமேஷ்.

"சார் செக்கரட்டரி அம்மாதான் கொடுத்தாங்க."

"ஓ... அப்படியா... அவங்க பேரு என்ன? எந்த ஊர்க்காரங்க... கொஞ்சம் விவரமா சொல்ல முடியுமா என்றதும், சொல்லத் தொடங்கினான் காவலாளி.

"சார் அந்த அம்மா பேரு ஷிவானி... பதினாலாவது மாடியில இருக்காங்க, நீங்க பதினஞ்சில இருக்கீங்கள்ல சார்..." என்று கேட்டுக்கொண்டே தொடர்ந்தான்... "இன்னும் கல்யாணம் ஆகவில்லை... ஏதோ ஒரு கம்பெனியில வேலை பார்க்கிறாங்க... அப்பா அம்மா, கூட பிறந்தவங்க என்று யாருமில்லை. இன்னைக்கோ நாளைக்கோ அப்படிங்கிற மாதிரி ஒரு வயசான பாட்டி மட்டும் இருக்காங்க... குஜராத்துக்காரங்கதான் சார்" என்றான்..

`ஓ... கல்யாணம் ஆகவில்லையா... அதான பார்த்தேன். வண்டியோட மயிலேஜ் கொஞ்சம் ஜாஸ்தியா இருக்கேன்னு... அபராதம் போட்டவளயே... அவதான் தாரம் என்று ஆக்கிவிட்டால்' என்று எண்ணினான் ரமேஷ்.

அங்கு நடந்த அனைத்து நடவடிக்கைகளும் வீட்டுக்குச் சொந்தக்காரருக்கும் தெரிவிக்கப்பட்டது. கைபேசியில் அழைத்துப் பேசினார்.

"கவலைப்பட வேண்டாம் சார், நான் சமாளித்துக் கொள்வேன்" என்று அவருக்கு சமாதானம் சொன்னான்.

அந்த பிரச்சனைகளுக்கு அப்புறம் அங்கிருக்கக்கூடிய குடித்தனக்காரர்கள் அனைவரும் ரமேஷை ஒரு எதிரி போலவே பார்த்தனர்.

ரமேஷ் அது பற்றிக் கவலைப்படும் மனிதன் அல்ல. எவன் ஒருவன் மனிதாபி மானமும் நேர்மையும் கொண்டிருக்கிறானோ அவன் இப்படிப்பட்ட குறுகிய மனம் கொண்ட மனிதர்களைப் பற்றிக் கவலைப்படுவதில்லை இது ரமேஷின் கொள்கையும்கூட.

நாட்கள் ஓடியது. வழக்கமான ஆன் தி ராக்... டிவியில் பாடல்கள் கேன்டீன் சாப்பாடு. அம்மாவின் கைப்பேசி அழைப்பு கல்யாணத்தைப் பற்றிய பேச்சு... இப்படியே ஓடிக்கொண்டிருந்தபோது ஒருநாள் இரவு குஜராத்தில் அடிக்கடி ஏற்படும் நில நடுக்கம் அன்றும் ஏற்பட்டது.

அடுக்குமாடி குடியிருப்பில் இருந்து மக்கள் அலறி அடித்துக்கொண்டு கீழே ஓடினர்... "லிப்ட்ல போகாதீங்க... லிப்ட்ல போகாதீங்க... உள்ள மாட்டிக்கிடுவீங்க" என்று யாரோ கத்துவது கேட்டது, ரமேஷும் கைபேசியை எடுத்துக்கொண்டு கீழே ஓடினான். பதினாலாவது மாடியைக் கடக்கும்போது... ஷிவானி கீழே செல்லும் மக்களிடம் கை கூப்பி, அழுது, கெஞ்சிக் கொண்டிருந்தாள்...

"என் பாட்டியைக் காப்பாத்துங்க... பாட்டியைக் காப்பாத்துங்கள்" என்று.

இதைக் கேட்ட ரமேஷ் மின்னல் வேகத்தில் ஷிவானியைத் தள்ளிவிட்டு வீட்டுக்குள் புகுந்து கட்டிலில் படுத்திருந்த பாட்டியை அலாக்காகத் தூக்கி தோளில் போட்டுக்கொண்டு...

"ச்சலோ ச்சலோ... பாகோ பாகோ..." என்று கத்திக்கொண்டு.

"வா ஷிவானி, சீக்கிரம் வா..." என்று ஷிவானியின் கைகளைப் பற்றிக் கொண்டு... கீழே ஓடத் தொடங்கினான். இருபது நொடிகளில் அந்த நடுக்கம் நின்றது.

பத்து நிமிடங்களில் அங்கு குடியிருந்த மக்கள் அனைவரும் வெட்டவெளி மைதானத்துக்கு வந்தடைந்தனர். ஆண்டவனின் புண்ணியத்தால் நிலநடுக்கம் பெரிதாக ஏற்படவில்லை. அனைவரும் நிம்மதிப் பெருமூச்சு விட்டனர். மக்கள் ஒருவரை ஒருவர் நலம் விசாரித்துக்கொண்டனர். அவர் அவர் கடவுளுக்கு நன்றி தெரிவித்துக்கொண்டனர்.

ஷிவானி ரமேஷைப் பார்த்து நெகிழ்ச்சியுடன் நன்றி தெரிவித்தாள்.

ஷிவானி அனைவரிடமும் கைகூப்பி அழுது பாட்டியைக் காப்பாத்துங்கள் என்று வேண்டினாள், யாருமே உதவவில்லை. அவள் ஒன்றும் ரமேஷைப் பார்த்துக் கேட்கவுமில்லை, கைகூப்பவும் இல்லை.

ஆரம்பம் முதலே அவர்களின் பிரச்னையை மனதில் வைத்துக்கொண்டு ஒருவேளை அவன் பாட்டியைக் காப்பாத்த மாட்டான் என நினைத்திருக்கலாம். ஆனால், ரமேஷ் கைகூப்பி அழுது கெஞ்சினால்தான் உதவி செய்வேன் என்று நினைத்திருந்தால் அது பழிவாங்கும் எண்ணமாகும், பழிவாங்க அது தகுந்த இடமும் அல்ல.

அவளைப் பழிவாங்குவதாக நினைத்து பாட்டி பலிகடா ஆக்கப்படுவார்கள் அதேபோல கெஞ்சிக் கூத்தாடிய பின்தான் பாட்டியைக் காப்பாத்த வேண்டும் என்றால், அது உதவியோ மனிதாபிமானோ அல்ல. அதன் பெயர் வியாபாரம். ரமேஷ் ஒரு பழிவாங்கும் மனிதனும் அல்ல. சூழ்நிலையைப் பயன்படுத்தி சம்பாரிக்கும் வியாபாரியும் அல்ல. எதிர் பார்ப்புடன்தான் கியூபாவுக்கு உதவி செய்வேன் என்று இருந்திருந்தால் இன்றைக்கு சே குவேரா என்ற மாமனிதனை இந்த உலகுக்குத் தெரியாமலே போயிருக்கலாம்.

இங்கே ரமேஷ் ஒரு மனிதன், நல்ல மனிதன். எதையும் எதிர் பார்க்காமல் உதவி செய்யும் மனிதாபிமானம் கொண்ட நல்ல மனிதன். நன்றி சொன்ன ஷிவானியைப் பார்த்து,

"எதற்கு நன்றி என்ற பெரிய வார்த்தைகள் எல்லாம்..." என்று கூறிவிட்டு, எங்கோ பார்த்து சிரித்துக்கொண்டிருந்தான்.

"என்ன நீங்களே சிரித்துக்கொண்டிருக்கிறீர்கள், சொன்னால் நானும் சிரிப்பேன் அல்லவா" என்றாள்.

"இல்ல உங்க அப்பார்ட்மென்ட் தத்துவத்தையும் அதற்கு ஆதரவாகப் பேசிய மக்களையும் நினைத்தேன், சிரித்தேன்" என்றான்.

"என்ன தத்துவம் புரியலையே..."

"இல்ல நீங்க சொன்னீங்க லிப்ட் மக்கள் உபயோகிக்க மட்டும்தான், பொருள் ஏற்றிச் செல்வதற்கல்ல என்றீர்கள், அதற்கு உங்ககூட சேர்ந்து எல்லாரும் ஆமாம் சாமி போட்டாங்க. ஆனால், இன்று மக்களுக்காக வைக்கப்பட்ட லிப்ட் எந்த மக்களுக்கும் உதவவில்லை. ஆமாம் சாமி போட்ட மக்களும் நீங்க காப்பாத்துங்க என்று கத்தும்போதும் யாரும் உதவி பண்ணவில்லை, இதுதான் நிஜ வாழ்க்கை, இந்த உலகத்தில எல்லா பொருள்களையும் நாம உபயோகப்படுத்தலாம். ஆனா எப்போ, எதுக்கு, எந்தச் சூழ்நிலையில், பயன்படுத்துறோம் என்பதுதான் முக்கியம்" என்று சொன்ன ரமேஷை ஆச்சரியமாகப் பார்த்தாள் ஷிவானி...

அங்கு சற்று நேரம் அமைதி நிலவியது.

அந்த அமைதியைக் கலைப்பவனாக, "நீங்க ஏன் இன்னும் கல்யாணம் பண்ணவில்லை" என்று கேட்ட ரமேஷைப் பார்த்து...

"ஒரு வேளை உங்களைப்போல நல்ல மனிதரைக் கணவராக அடையவே கடவுள் என்னை இவ்வளவு காலம் காக்க வைத்திருக்கலாம்" என்று வெட்கத்தோடு கூறினாள் ஷிவானி.

ரமேஷுக்கு கேட்கவா வேண்டும்...

'ஏ நில நடுக்கமே, மிக்க நன்றி உனக்கு' எனக் கத்த வேண்டும் போல இருந்தது...

"நீங்க ஏன் கல்யாணம் செய்துகொள்ளவில்லை" என்று கேட்டாள்.

"நான் இன்னும் கல்யாணம் செய்துகொள்ளவில்லை என்று உங்களுக்கு யார் சொன்னது" என்றான்.

“நான் இந்தக் குடியிருப்பின் செகரட்டரி. அனைவரின் பயோ டேட்டாவும் என் கையில்” என்று சொல்லிவிட்டு, `இவனுக்கு நம்ம சொன்னது ஒருவேளை புரியலையோ’ என யோசிக்கத் தொடங்கினாள்.

“அது ஒண்ணுமில்ல மேடம், நான் ஒருபெண்ணைக் காதலிக்கிறேன். அந்தப் பெண்ணிடம் இனிமேல்தான் சொல்ல வேண்டும்'' என்றதும்,

“ஓ அப்படியா” என்று சொல்லிவிட்டு,

ஷிவானியின் மனது `ச்சே... அவசரப்பட்டு உளறி விட்டோமோ’ என்று நினைத்தது.

அம்மாவின் அழைப்பு வந்தது...

“என்னாடா ரமேஷ், உனக்கு ஒண்ணுமில்லயே காந்திநகர்ல நிலநடுக்கம் வந்துட்டாமே செய்தியில் பார்த்தேன். அதெல்லாம் ஒண்ணும் இல்லை. அப்புறம் ஒரு நல்ல செய்தி... இங்கயே ஒரு பொண்ணு பார்த்துவிட்டேன்...”

ஷிவானியிடம் அம்மா என்று சைகை காட்டிவிட்டு,

முதல் முறையாக ரமேஷ் அம்மாவிடம் தன் கல்யாணத்தைப் பற்றி அவனே பேசினான்.

“சந்தோசம்பா...” பொண்ணு பேரு என்ன என்று கேட்ட அம்மாவிடம்,

“ஷிவானி” என்று சொல்லிவிட்டு, ஒரு கையில் போனும் மற்றொரு கையில் அவளையும் அணைத்துக்கொண்டான்.

எஸ், சம் டைம் ஆல் தட் க்ளிட்டர்ஸ் இஸ் கோல்ட் என்றான். ஷிவானியின் முகம் வெட்கத்தில் மின்னிக்கொண்டிருந்தது.

●

இருக்கும் இடத்தை விட்டு...

ஜெய்ஹிந்த் சாஹிப்... அந்த பிரமாண்டமான கம்மாண்டிங் ஆஃபீஸர் அலுவலக வாயிலில் நின்று ஜோசப் சல்யூட் அடித்தான. உள்ளே ஆறடி ஆஜானுபாகுவாக அமர்ந்திருந்த கர்னல் கரம்சந்த்,

"எஸ் அந்தர் ஆஜாவ்... உள்ளேவா" என்றார்.

அதிகாரிகள் அழைக்காமல் உள்ளே செல்ல முடியாது. அது சக அதிகாரிகளானாலும் சரி, `எஸ் கம் இன்' என்ற பிறகுதான் உள்ளே செல்ல வேண்டும். மீண்டும் ஒரு சல்யூட் வைத்துவிட்டு,

`தேங்க் யூ சாஹிப்' என முனகிக்கொண்டு உள்ளே நுழைந்தான்.

அலுவலகம் உள்ளே இரு புறமும் பெரிய சோபாக்கள் அதன் முன்பாக சிறிய டீபாய் எனப்படும் சிறிய டேபிள்கள் அதன் மீது அன்றைய ஆங்கிலம் மற்றும் இந்தி செய்தித்தாள்களும், சில வார பத்திரிகைகளும் அது அது இருக்க வேண்டிய இடத்தில் விறைப்பாக இருந்தன. ராணுவ அதிகாரியின் அலுவலகம் என்றால் சும்மாவா, அவர் முன்னே மிகப்பெரிய டேபிள் இரண்டு பக்கமும் கோப்புகள் நிறைந்து கிடந்தன. மூன்று வித்தியாசமான நிறங்களில் தொலைபேசி பக்கவாட்டில் ஒரு கணினி அவருக்குப் பின் இரு பக்கமும் பல வண்ணங்களில் பெரிய பெரிய கொடிகள் அங்கே அவர் கம்பீரமாகப்

பெரிய இருக்கையில் கர்ப்ப கிரகத்தில் அலங்கரிக்கப்பட்ட சாமி போல அமர்ந்திருந்தார். அவரின் சீருடையில் பல மெடல்கள் ஒளி வீசி அலங்கரித்துக்கொண்டிருந்தன.

ஒரு பெண்ணின் கழுத்தில் கிடக்கும் நகைகளைப் பார்த்து அவள் எவ்வளவு வசதி படைத்தவள் என கணிக்க முடியுமல்லவா..? அதேபோல சீருடையில் இருக்கும் மெடல்களைப் பார்த்துத் தெரிந்து கொள்ளலாம் ஒரு வீரனின் சாதனைகளை, இதை எல்லாம் பார்த்த ஜோசப்புக்கு அந்தக் குளிர்சாதன அறையிலும் வேர்க்கத் தொடங்கியது சமாளித்துக்கொண்டு விறைப்பாக மீண்டும் சல்யூட் அடித்துவிட்டு நேராக நின்றான்.

ஒரு கதை உண்டு. சிங்கத்திடம் மாட்டிக்கொண்டால் என்ன பண்ணுவாய்..? எனக் கேட்டதற்கு அவன் சொன்னானாம் நான் என்ன செய்ய முடியும் அடுத்து என்ன பண்ணுமோ அதை சிங்கம்தான் முடிவு செய்ய வேண்டும் என்றானாம்.

அதைப்போல இனி அவனாக நினைத்தாலும் நகரக்கூட முடியாது எல்லாம் கர்னலின் கைகளில்தான் இருக்கிறது.

கர்னல் பேசத் தொடங்கினார்.

"ஓகே சிப்பாய் ஜோசப், உனது விண்ணபத்தைப் பார்த்தேன். நீ இந்த ராணுவ பணியைத் தொடர விருப்பமில்லை என்று குறிப்பிட்டுள்ளது. என்ன காரணம் சொல்..."

"சாஹிப், என் தாய் தந்தையரைப் பார்த்துக்கொள்ள யாரும் வீட்டில் இல்லை. நான் வீட்டுக்கு ஒரே மகன் அம்மாவுக்குப் புற்று நோய் அப்பா ஒரு கால் இழந்தவர். ஆகவே, நான் அவர்களின் அருகே இருக்க விரும்புகிறேன்."

உதட்டைப் பிதுக்கி யோசித்த கர்னல், மீண்டும் பேசத் தொடங்கினார்.

"சரி... எத்தனை முறை தேர்வு எழுதினாய் இந்தப் பணியில் சேர்வதுக்கு" என்று கேட்ட கர்னலுக்கு... "ஒரே ஒரு முறைதான் சாஹிப்" என்றான் ஜோசப்.

“ஓ... கிரேட். யூ ஆர் எ லக்கி மேன்... சரி அது போகட்டும், சிலநேரங்களில் நமக்கு சில வெற்றிகள் சுலபமாகக் கிட்டிவிடுகிறது. சுலபமாக கிட்டியதால் அதன் அருமை பெருமைகளை நாம் தெரிந்துகொள்ளவோ உணர்ந்து கொள்ளவோ முயல்வதில்லை `கர்கா முருகி டால் பராபர்’ என்பதுபோல.

மேலும்... உனது அனுபவம் மிகக் குறைவே. இந்திய ராணுவத்தில், இதன் அருமை பெருமைகளை நீ முழுமையாக அறிய வாய்ப்பு இல்லை... இதில் பணியில் இருக்கும்போதே வெற்றி பெற்றவர்கள் எண்ணற்றவர்கள். அதில் எடுத்துக்காட்டாக ஒன்றிரண்டும் மட்டும் கூறுகிறேன்,

இரண்டாம் உலகப்போரில் எதிரிகள் நமது போஸ்ட்டை கைப்பற்றும்போது வெறும் ரேமர் என்கிற பீரங்கிக் குண்டுகளை சேம்பரில் ஏற்றி விட உபயோகிக்கும் இரும்பு உலக்கையை வைத்து தனி மனிதனாக ஆறு எதிரிகளைக் கொன்று நமது போஸ்டைக் காத்த `விக்டோரியா கிராஸ்’ உம்ரோ சிங்... அவரைக் கண்டால் இங்கிலாந்து ராணியே எழுந்து நிற்க வேண்டும். அவ்வளவு பெருமைக்குரியவர் நமது ராணுவத்தைச் சேர்ந்தவர்.

1928, 1932 மற்றும் 1936 ஆகிய மூன்று ஒலிம்பிக்ஸில் இந்திய அணிக்காக விளையாடி தங்கம் வென்றவரும், அதுவும் 1936 லே ஹிட்லர் அவரின் விளையாட்டைப் பார்த்து வியந்து பாராட்டி நீ ஜெர்மனியில் இருந்திருந்தால் உன்னை இந்த நாட்டின் ராணுவத்தில் மிக உயரிய பதவியில் வைத்து அழகு பார்த்திருப்பேன் என்று பாராட்டப்பட்டவருமான பத்ம பூஷன் தயான் சந்த் அவர்கள் நமது ராணுவத்தைச் சேர்ந்தவர்.

அவர்களின் பிறந்த நாளான 29 ஆகஸ்டை ஒவ்வொரு வருடமும் இந்தியாவின் விளையாட்டு தினமாகக் கொண்டாடப்படுகிறது. அன்றுதான் அர்ஜுனா அவார்டில் இருந்து கேல் ரத்தன் அவார்டு வரை ஜனாதிபதியால் வழங்கப் படுகிறது. இப்படி ஆயிரக்கணக்கான சாதனையாளர்களை உருவாக்கிய பெருமை நமது ராணுவத்துக்கு உண்டு.

இது சாதிக்கப் பிறந்தவர்கள் நிறைந்த இடம். இது வெறும் சம்பளத்துக்காகச் செய்யும் பணி அல்ல. சீருடைப் பணி என்பது ஒரு உணர்வு. அதை விவரிக்க வார்த்தைகள் கிடையாது.

நாட்டுக்காக உழைக்க வேண்டும் என்ற எண்ணம் தானாகவே வர வேண்டும். அதை யாராலும் கற்றுக்கொடுக்க இயலாது, நாம் நமது அம்மாவை நேசிக்க வேண்டும் என நமக்கு யாராவது கற்றுக் கொடுத்தார்களா? இல்லைதானே. அது இயற்கை. அதைப்போலதான், நாட்டுக்காக சேவை செய்வதும்.

சரி... இதுவரை நான் உன் நண்பனாகப் பேசினேன். இனி பேசுவது ஒரு காமாண்டிங் ஆஃபீசராக... நான் அனுமதி அளிக்கிறேன். விரைவில் பணியில் இருந்து விடுப்பு கொடுக்க, உன்னுடைய இந்த மனுவை நான் பரிந்துரை செய்து மேலிடத்துக்கு அனுப்புறேன், நீ பத்து நாட்கள் விடுப்பில் சென்று அனைத்து பேப்பர் ஒர்க்கையும் முடித்துவிட்டு வா... மூன்று மாதங்களுக்குள் எப்போது வேண்டுமானாலும் இந்த விண்ணப்பத்தை நீ திரும்ப பெற்றுக்கொள்ளலாம், பணியைத் தொடர்ந்து தாய் நாட்டுக்காக சேவை செய்ய விருப்பமிருந்தால்...” என்றார்.

மனதில் மகிழ்ச்சி பொங்க இம்முறை அதிக விறைப்பான சல்யூட்டை அடித்துவிட்டு விடுமுறை எடுத்துக்கொண்டு புறப்பட்டான். வீட்டை வந்தடைந்து அம்மாவிடம் நலம் விசாரித்தான், “எப்படிம்மா இருக்க.”

“எனக்கென்ன நோயா நொடியா தினமும் யோகா பண்ணுகிறேன். நல்லபடியாக சாப்பிடுகிறேன், ரத்தக் கொதிப்பு, சர்க்கரை நோய், இப்படி எதுவும் இல்லை, நல்லா இருக்கேன்” என்றாள் அம்மா.

“சரி அப்பா, எங்க காணும்” என்றான்.

“உனக்குத்தான் நல்லா தெரியுமே காலையிலும் சாயங்காலமும் பத்து கிலோ மீட்டர் நடைப்பயிற்சி பண்ணலேன்னா அவருக்கு சாப்பாடே இறங்காதுன்னு.”

ஜோசப் நல்ல வசதி படைத்த விவசாயி குடும்பத்தில் பிறந்தவன். பன்னிரண்டாவதில் நல்ல மதிப்பெண்கள் பெறவில்லை என பெற்றோர்கள் திட்டியதால் பட்டாளத்தில் சேர்ந்தவன், சேர்ந்த பின்தான் தெரிய வந்தது அங்கிருக்கும் கஷ்டங்கள்... சிலநேரங்களில் முப்பது கிலோமீட்டர் பனிமலைகளில் நடக்க நேரிட்டது. அப்போதுதான் வீட்டின் அருமை தெரிந்தது. அப்போது முடிவெடுத்து பணியில் இருந்து விடுபட பல முயற்சிகள் செய்து பணி விடுப்புக்கு அனுமதி கிடைக்கவில்லை, கடைசியில் பட்டாளத்தில் சேர்ந்து ஐந்து ஆண்டுகளுக்குப் பிறகு கர்னல் கரம்சந்த் அனுமதி அளித்துவிட்டார்.

இப்போது அப்பா அம்மாவிடம் பேச வேண்டும் இது பற்றி, 'சரி அப்பா வந்த பிறகு பேசலாம்' என்று நினைத்துக் கொண்டு... "அம்மா நான் கொஞ்சம் நண்பர்களைப் பார்த்துவிட்டு வருகிறேன்" என்று புறப்பட்டான்.

"டேய் ஜோசப்..." சத்தம் கேட்டு திரும்பிப் பார்க்க நண்பன் ரவி நின்றுகொண்டு இருந்தான் பெட்டிக்கடையில்.

ஜோசப்பும் ரவியும் ஒன்றாகப் படித்தவர்கள். ரவியின் அப்பா ஒரு சூப்பர் மார்க்கெட் நடத்துகிறார். நீண்ட நாள்களுக்குப் பின் சந்தித்த நண்பர்கள் கட்டித் தழுவி நலம் விசாரித்தனர்.

"என்னடா ரவி, உன்னோட கடல் மாதிரி கடைய விட்டுட்டு இங்க என்ன பண்ணுற..?"

"ஒண்ணுமில்லடா, அப்பா கடையில் இருக்காரு, அங்க தம்மடிக்க முடியாது. அதான் இங்க நின்னு ஒரு தம்மை போட்டுட்டு கடைக்குப் போக வேண்டியதான். பேசிக்கொண்டே நண்பர்கள் இருவரும் சிகரெட் பற்ற வைத்துக்கொண்டனர்.

"நீ எப்போ வந்த... எத்தனை நாள் லீவு?" என்றான் ரவி.

"நான் இன்னைக்குத்தாண்டா வந்தேன். ஒரு சின்ன வேலையா வந்தேன். முடிஞ்சதும் போக வேண்டியதான்..." என்றான் ஜோசப்.

"நீங்கயெல்லாம் கொடுத்து வச்சவங்கடா... உன்னெல்லாம் பார்க்கும்போது பொறாமையா இருக்குடா. நானும் ரெண்டு முறை ஆஃபீசர்ஸ் தேர்வு எழுதி நேர்முகத் தேர்வுல செலக்ட் ஆகல... மனசே ஒடஞ்சு போச்சு" என்றான் ரவி.

"என்னாடா ரவி, உனக்கு என்னடா குறைச்சல். பட்டாளத்துல சேரணுங்கிற. கார் பங்களான்னு நல்லாத் தானடா இருக்க..?"

"அது இல்லடா ஜோசப். யூனிபார்ம் சர்வீஸ் கிடைக்கிறதுக்கு குடுத்து வச்சிருக்கணும். எனக்கெல்லாம் அது ஒரு கிரேசி... எவ்வளவு வசதி இருந்தாலும் அதிகாரபூர்வமா ஒரு யூனிபார்ம் போட முடியுமா யாராவது..?

சும்மாவா இங்கிலாந்துல இளவரசர்கள் சார்லஸ், ஆண்ட்ரீவ், எட்வர்ட், வில்லியம்... நாட்டுக்காக சேவை செய்ய வேண்டும் என்று ராயல் ஆர்மியில் சேர்ந்தார்கள். அதே மாதிரி இந்தியாவுல பஞ்சாப் மாநிலம் பாட்டியாலா மஹாராஜா பையன் கேப்டன் அம்ரிந்தர் சிங் இன்றைக்கு பஞ்சாப்போட முதல்வர். அவரும் இந்திய ராணுவத்தில் பணி புரிஞ்சிருக்காரு. அதெல்லாம் ஒரு பெருமைதாண்டா.

இன்னைக்கு நம்ம நாட்டுல நூறு கோடி மக்கள் அடுத்த நாட்டைப் பார்த்து பயப்படாம நிம்மதியா தூங்குறாங்கன்னா அது உன்ன மாதிரி ராணுவ வீரர்களாலதான். நாட்டுக்குச் சேவை செய்வதில் பெரிய பெருமை இருக்குடா. என்னைப் போல எத்தனை லட்சம் இளைஞர்கள் இந்தக் கனவோடு சுத்திக்கிட்டு இருக்காங்க தெரியுமா..?" ரவி பேசிக்கொண்டிருந்தான்.

கேட்டுக்கொண்டிருந்த ஜோசப்புக்கு கையில் இருந்த சிகரெட் சுட்டது. தூக்கி எறிந்தான்.

'மறமானம் மாண்ட வழிச்செலவு தேற்றம்
எனநான்கே ஏமம் படைக்கு'

என்ற குறள் நினைவுக்கு வந்தது.

அத்துடன் சீர்காழியின்... "இருக்கும் இடத்தை விட்டு, இல்லாத இடம் தேடி எங்கெங்கோ அலைகின்றார்..." காதில் ஒலிப்பது போல இருந்தது.

பொய் சொல்லிவிட்டு வந்ததை எண்ணி மனது வேதனை அடைந்தது, கர்னல் கரம்சந்திடம் பணியில் சேர்ந்ததும் மன்னிப்புக் கேட்க வேண்டும்.

கை பேசியை எடுத்தான்...

"ஜெய்ஹிந்த் சாஹிப்.... மே சிப்பாய் ஜோசப் போல் ரஹா ஹூன்... சாஹிப்... என்னோட பணி விடுப்பு மனுவை மேலிடத்துக்கு அனுப்ப வேண்டாம். நான் என் ராணுவ சேவையைத் தொடர விரும்புகிறேன்.

ஜெய்ஹிந்த் சாஹிப்..."

●

லுங்கி

பல வருடங்களுக்குப் பின் டெல்லியில் இருந்து நவ்யுக் எக்ஸ்பிரஸில் மதியம் 2 மணிக்கு, பிறந்த ஊரான மதுரைக்கு வந்து இறங்கினார் பாலன். வீடு நடந்து செல்லும் தூரத்தில்தான். ஆனால், ஏப்ரல் மாத வெயில், சூடு மிக அதிகமாக இருந்தது. ஆட்டோ பிடித்து செல்லலாம் என ரயில் நிலையத்தில் இருந்து வெளியே வந்தார்.

ரோட்டில் ஏராளமான நடைபாதைக் கடைகள் அதில் ஒரு கடையில் குறைந்த விலை காட்டன் துணிகள் என்று கூவிக் கூவி விற்றுக் கொண்டிருந்தான் வியாபாரி. சட்டைகள், பனியன்கள், உள்ளாடைகள் அத்துடன் லுங்கிகளும், வித விதமாகத் தொங்க விடப்பட்டிருந்தன. மூன்று லுங்கிகள் இருநூறு ரூபாய் என்று யாரோ ஒரு வாடிக்கையாளரிடம் சொல்லிக்கொண்டிருந்தான், தன்னையும் அறியாமல் அந்தச் சிறிய கடையில் தொங்க விடப்பட்டிருந்த லுங்கியில் கைவைத்தார்.

டெல்லியில் நிரந்தரமாக இருப்பதால் பாலனுக்கு லுங்கி கட்டும் பழக்கம் கொஞ்சம், கொஞ்சமாகக் குறைந்துவிட்டது. குர்தாவும் பைஜாமாவும் ஷார்ட்ஸ் மற்றும் டி ஷர்ட்டுக்கு மாறிவிட்டது வாழ்க்கை. ஆனால், லுங்கியின் மீது இருந்த காதல் மட்டும் குறையவில்லை அவருக்கு. டெல்லியில் லுங்கி கட்டிய மனிதர்களை எங்காவது கண்டால்

நின்று ஒரு நிமிடமாவது பேசிவிட்டுச் செல்வார், அதில் அவருக்கு அலாதிப்பிரியம்.

கடைசியாக அவரிடம் ஒரே ஒரு லுங்கி மட்டும்தான் இருந்தது. மகள் லுங்கி எனக்கு வேண்டும், மனைவி கைலி எனக்கு வேண்டும் என்று குளித்த பின் தலைதுவட்டுவதற்காக சண்டைபோட்டுக்கொண்டனர். அது மட்டுமல்ல அதை லுங்கியென்று சொல்வதா அல்லது கைலியென்று சொல்வதா என்பதிலும் இருவருக்கும் பட்டிமன்றம் அடிக்கடி நடக்கும். லுங்கி டான்ஸ் பாடல் வந்த பின்தான் பட்டிமன்றத்துக்கு முற்றுப்புள்ளி வைக்கப்பட்டது. எப்போதும் லுங்கி என்றே சொல்லும் மகளோ பார்த்தீர்களா அம்மா நான்தான் வெற்றி பெற்றேன், லுங்கிதான் சரியான வார்த்தை என்று இன்று வரை பெருமை அடித்துக்கொண்டிருக்கிறாள்.

ஆக இவர்களின் லுங்கிச்சண்டையைத் தீர்த்துவைக்க சொத்துப் பிரிப்பதுபோல லுங்கியை இரண்டாகக் கிழித்து எடுத்துக்கொள்ளக் கூறிவிட்டார் பாலன்.

லுங்கி என்பது எவ்வளவு சவுகரியமான ஒன்று. சாதாரணமாக மூஞ்சை துடைத்துக்கொள்வதில் இருந்து மூக்கை சீந்தி துடைத்துக்கொள்ள உதவுவதோடு மட்டுமல்லாமல், சில எதிர்பாராத நேரங்களில் படுக்கை இல்லாமல் இரவில் தூங்க நேர்ந்தால் பாய்க்கு பாயாகவும், போர்வைக்குப் போர்வையாகவும், ஒரு சின்ன வீட்டுக்குள் தூங்குகின்றோம் என்ற உணர்வை லுங்கியைத் தவிர வேறு எந்தத் துணிகளாலும் கொடுக்க முடியாது.

கிராமங்களில் இருக்கும் குளம், குட்டையில் சிறுவர்கள் லுங்கியை காற்றடைத்த டியூபைப்போல உபயோகித்து நீச்சல் கற்றிருக்கிறார்கள் என்பது அனைவரும் அறிந்த ஒன்று.

சிலநேரம் கடை கன்னிக்கு பைகளை எடுத்துச் செல்ல மறந்தால் இருக்கவே இருக்கிறது நமது லுங்கிப் பை, பெண்கள் சீலையின் மடியிலும், முந்தானையிலும் காய்கறி வாங்கிவருவது போல ஆண்களுக்கு பொருள்கள் வாங்கிவர லுங்கி உதவுகிறது. அது மட்டுமல்ல வீட்டு பெண்களுக்கு எத்தனையோ துவாலை களை வாங்கிக்கொடுத்தாலும் குளித்தபின் இந்த ஆல் இன் ஆல் அழகுராஜாவான லுங்கியில் தலை துவட்டுவதே அலாதி.

ஆக, பாலனின் வீட்டில் பாகம் பிரிக்கப்பட்ட லுங்கி ஆங்காங்கே கிழிபட்டதும் பணி மாற்றம் செய்யப்பட்டதை ஒருநாள் காண நேரிட்டது.

இரண்டாகக் கிழிக்கப்பட்ட லுங்கியிலிருந்து கைக்குட்டை அளவு கிழிக்கப்பட்ட ஒரு குட்டித் துணியை வைத்து பாலனின் மகள் டேபிள் துடைத்துக் கொண்டிருந்தாள், மற்றொரு குட்டித் துணியை வைத்து மனைவி அடுப்பிலிருந்த பாத்திரத்தை இறக்கி வைத்துக்கொண்டிருந்தாள். இருவரும் வேலையை முடித்ததும் அத்துணிகளை ஒரே இடத்தில் வைத்தனர். ஆம், எவ்வளவு பெரிய மனிதனாக இருந்தாலும் அவன் இறந்த பின் பிணம் என்று சொல்வது போல, லுங்கியாக இருந்தது இன்று கரித்துணியாகவும், தூசி துடைக்கும் துணியாகவும் மாறியிருந்தது.

அங்கே ஒரே இடத்தில் வைக்கப்பட்ட இரு துணிகளையும் பார்க்கும்போது பாலனின் மனதில் வலி ஏற்பட்டது. ஒன்றாகப் பிறந்த இரு குழந்தைகள் காணாமல்போய் எதிர்பாராத விதமாக சந்தித்துக்கொண்டதுபோல மனதில் தோன்றியது.

பள்ளிக்குச் செல்ல வேண்டிய வயதில் குடும்ப கஷ்டத்தால் உணவகத்தில் பணிபுரியும் சிறுவர்களைக் காணும்போது மனதில் ஏற்படும் வலி பாலனுக்கு இருந்தது. அத்துடன் அத்துணிகள் இரண்டும் 'நாங்கள் என்ன பாவம் செய்தோம், எங்களை ஏன் பிரித்துவிட்டீர்கள், உங்களை நம்பித்தானே வந்தோம்' என்று கேட்பதுபோல தோன்ற, வேதனை அதிகரித்தது.

"எப்பொருள் யார்யார்வாய்க் கேட்பினும் அப்பொருள் மெய்ப்பொருள் காண்ப தறிவு."

தலைத்துவட்ட என்று சொல்லி, கிழித்துக் கொடுக்கப்பட்ட லுங்கி இங்கே கரித்துணியாகக் காணப்பட்டது, ஆக பொருள் புரியாமல் கிழித்துவிட்டோமே எனத் தோன்றியது பாலனுக்கு.

மனிதர்களுக்கு மட்டும்தான் அன்பு, பாசம், உணர்வு இருக்க வேண்டுமா, துணிகள் பருத்தியிலிருந்துதானே வருகிறது, அவைகளும் ஒரு காலத்தில் ஏதோ ஒரு அம்மாவின் அரவணைப்பில்தானே வாழ்ந்திருக்கிறார்கள் என்றெண்ணி,

விருட்டென்று எழுந்து அங்கே ஒன்றாக இருந்த லுங்கியின் பாகங்களைக் கையிலெடுத்தார்.

மற்ற பாகங்கள் எங்கே என மனைவி மற்றும் மகளிடம் சண்டையிட்டு தேடச்சொல்லி அனைத்து பாகங்களும் கிட்டிய பின் ஒரு பெரிய மிலிட்டரி ஆப்பரேசனுக்கு கிளம்பும் முன்வரை படத்தை விரித்து வைத்துப் பார்ப்பதுபோல பார்த்து எல்லா பாகங்களும் சரியாக இருப்பதை உறுதி செய்துகொண்டார்.

வேகமாக அனைத்தையும் துவைத்து, காய வைத்து, ஒரு தெருக்கோடி தையல்காரனிடம் கேட்டதைவிட அதிக பணம் கொடுத்து ஒன்றாகத் தைத்து, இஸ்திரி செய்து அழகாக மடித்து அவர் பெட்டிக்குள் வைத்தார். பின் அது அவரைப் பார்த்து நன்றி சொல்வதைப்போல உணர்ந்து நிம்மதியடைந்தார். அத்துடன் கிழிந்த பல பாகங்களை ஒன்றாக தைக்கச் சொன்னபோது,

"உங்களுக்கு என்ன சார் பைத்தியம் பிடிச்சிருக்கா" என்று தையல்காரன் கேட்டதும் ஏற்பட்ட வலிக்கு மருந்திட்டது போலவும் இருந்தது பாலனுக்கு.

அன்று வெகு நேரம் அவர் யாரிடமும் பேசவில்லை, மகள் கேட்டாள் மெதுவாக, "அப்பா என்னவாயிற்று உங்களுக்கு, அந்தக் கொஞ்ச நேரத்தில் ஒரு மனநலம் பாதிக்கப்பட்ட நோயாளி போல இருந்தது உங்களின் நடவடிக்கை" என்றாள்.

பாலன் அவளை ஒருமுறை பார்த்துவிட்டு "உணர்வுகளை வார்த்தைகளால் உணர்த்த முடியாது, உணர்வுகள் கற்றுக்கொடுத்து வருவதில்லை. அது ஒரு சுயம்பு மகளே, நீ இன்னும் கொஞ்சம் பெரியவளான பின் புரிந்துகொள்வாய்" என்றார்.

"என்ன சார் லுங்கி வேண்டுமா, ரொம்ப நேரமா லுங்கியை கையில் பிடித்து பார்த்துக்கிட்டே இருக்கீங்களே" என்றான் கடைக்காரன்.

கடையில் தொங்கவிடப்பட்டிருந்த லுங்கியை வாஞ்சையோடு வருடிக்கொடுத்துவிட்டு, மீண்டும் ஒரு பாவம் செய்ய விருப்பமில்லாதவராய்,

"வேண்டாம்பா, சும்மாதான் பார்த்தேன்" என்று சொல்லிவிட்டு, வீட்டை நோக்கி நடக்கத் தொடங்கினார்.

இப்போது வெயில் சுடவில்லை அவருக்கு, மனது சுட்டுக்கிடந்தது, வாழ்க்கையில் சில காயங்கள் கடைசிவரை ஆறாமல் சூடாகத்தான் இருக்கும் போல.

பொய்மையும் வாய்மையிடத்து...

அலுவலகம் முடிந்து வீட்டை வந்தடைந்ததும் வீட்டின் வெளியே வைத்திருந்த பூவை எடுத்துக் கொண்டு உள்ளே நுழையும்போதே, "ஜெஸி... ஜெஸி..." என்று கத்திக்கொண்டு சாப்பாட்டு பையைத் தூக்கி எறிந்த சிவா, பரபரப்பாகக் காணப்பட்டான்.

கே–டிவியில் பதினஞ்சு முறை பார்த்து இத்துப் போன ஏதோ ஒரு பழைய படம் சத்தமாக ஓடிக் கொண்டிருந்தது. பார்க்க யாருமே இல்லாமல் ஓடிக் கொண்டிருந்த டிவியின் ரிமோட்டைத் தேடினான்.

"டிவி பார்க்கலேன்னா நிப்பாட்டி தொலைய வேண்டியதுதான? தியேட்டரிலும் இந்தப் படம் இப்படி ஆளில்லாமல்தான் ஓடியிருக்கும் போல அதான் எத்தனை முறை பார்த்தாலும் உடனே பேர் ஞாபகத்துக்கு வரதில்லை" என்று முணுமுணுத்துக்கொண்டே டிவி சத்தத்தைக் குறைத்து தன்னுடைய சத்தத்தை உயர்த்தி மீண்டும்,

"ஜெஸி... ஜெஸி..." என்று கத்தினான்.

"என்னடா சிவா, சீக்கிரம் வந்துட்ட..." என்று கேட்டுக்கொண்டே உள்ளே இருந்து வந்த மனைவி தூக்கி எறியப்பட்டிருந்த சாப்பாட்டுப் பையை எடுக்க முற்பட்டாள்.

சிவாவின் மனைவி ஜெஸி, சிவா கூப்பிட்ட சத்தம் கேட்டு வெளியே வந்தாள் எனத் தவறாகக்கூட

புரிய வேண்டாம். தொலைக்காட்சியின் சத்தம் எப்படிக் காணாமல் போனது என்ற மாபெரும் சந்தேகத்தால்தான் வெளியே வந்தாள். இதில் இருந்தே புரிந்துகொள்ளலாம் அவர்கள் எவ்வளவு அருமையான ஜாடியும் மூடியும் என்று.

"டிவி பார்க்கலேன்னா நிப்பாட்டி தொலைய வேண்டியது தான? மின்சாரக் கட்டணமாவது மிச்சமாகும். இப்போ வர்ற பில்லை பார்த்துட்டு சினேகாவும் பிரசன்னாவுமே முழிச் சிகிட்டு இருக்காங்க... நம்ம எம்மாத்தரம்."

சிலநேரம் ஆணோ, பெண்ணோ தனிமையில் இருக்கும்போது `ஏதாவது ஒன்று டிவியில் ஓடிக்கொண்டே இருக்க வேண்டும். அப்பத்தான் அனைவரும் நம் அருகிலேயே இருக்கிறார்கள் என்ற உணர்வோடு அந்த வீட்டுக்குள் இருக்க முடியும்' என்ற தத்துவம் சிவாவுக்கு ஏனோ புரியவில்லை.

"ஹாங்... என்ன கேட்ட. சீக்கிரம் வந்திட்டியாவா? போன் பண்ணி சொல்லலையா உனக்கு.., ட்ரெய்ன்ல டிக்கெட் கிடைக்கல பஸ்ஸுல புக் பண்ணிட்டேன் பத்துமணிக்கு பஸ்சு, வார கடைசி நாள். போக்கு வரத்து அதிகமா இருக்கும். எட்டு மணிக்கெல்லாம் கௌம்புனாதான் கோயம்பேடு போயி சேர சரியா இருக்கும்மின்னு....

சிவா அவசரமாக உடை மாற்றி குளிப்பதற்கு ஆயத்த மானான், ஒரு சின்ன அமைதி அங்கு நிலவியது. புருஷன் கேட்டதற்கு பதில் ஏதும் சொல்ல முடியாமல் உதட்டை பிதுக்கி ஹோம் ஒர்க் ஏன் பண்ணலன்னு கேட்ட அப்பாவ பார்த்து பதில் சொல்ல முடியாம முழிக்கிற குழந்தை மாதிரி நின்று கொண்டிருந்தாள் மனைவி ....

"இன்னைக்கென்ன ஏழு மணிக்கெல்லாம் தூக்கம்? ப்ராக்டிஸ் ஜாஸ்தியா... இப்போதைக்கு டோர்னமெண்ட் ஏதுமில்லையே... இல்ல உடம்பு சரியில்லையா?" என்று கேட்டான் சிவா..

"கிரவுண்டுக்கு போயிட்டு மூணு நாளைக்கு விளையாட முடியாதுன்னு சொல்லிட்டு வந்துட்டேன்... எல்லாம் வழக்கமான வயித்து வலிதான் அதான் கொஞ்ச நேரம் படுத்திருந்தேன்" என்றாள் மனைவி...

"சரி துணியெல்லாம் பேக் பண்ண சொன்னனே பண்ணிட்டியா?"

"இல்ல, இனிமேதான் பண்ணணும்" என்ற மனைவியைப் பார்த்துக் கோபமான சிவா, "என்னைக்குதான் நான் சொல்லுறத கேட்டுருக்கே, இன்னிக்கு செய்யுறதுக்கு. என் புத்திய செருப்பால அடிக்கணும். போ அந்த பேக்கையாவது எடுத்து குடு!"

"என்ன பொல்லாத துணிய பேக்கிங் பண்ணனும்..? ரெண்டு டிரஸ் வைக்கணும் இப்போ வச்சிட்டா போச்சி. போய் ஒரு நைட் தங்கிட்டு வர்றதுக்கா இந்த குதி குதிக்கிற? நீ போ குளிச்சிட்டு வா... நான் பேக்கிங் பண்ணி தொலைக்கிறேன்" என்று சலித்துக்கொண்ட மனைவி அடுத்த வேலைக்கு ஆயத்தமானாள் குளித்து உடை மாத்திவிட்டு, இந்த வீட்டுல ஒரு பொருளை வச்சா வச்ச இடத்துல இருக்காது... எல்லாம் தலையெழுத்து!" என்ற புருஷனைப் பார்த்து,

"பர்ஸும் வாட்சும்தான தேடுற..? இந்தா பிடி... வீட்டுக்குள்ளே நுழையும் போதே எல்லாத்தையும் விசிறி அடிக்க வேண்டியது... விசிறி அடிச்ச இடத்துல தேடாம... கண்ட இடத்துல தேட வேண்டியது, அப்புறம் குய்யோ முறையோனு கத்த வேண்டியது... இதே ரோதனையா போச்சி உன்னோட..!" என்றாள் மனைவி.

பர்ஸையும் வாட்சையும் வாங்கிக்கொண்டு ஒன்றும் பேசாமல் போய் சாமி படத்துக்கு முன் நின்று வணங்கினான்... ஏசுநாதர், வேளாங்கண்ணி தாய் படங்கள் ஒரு புறம் இருக்க, மறுபுறம் முருகன் வள்ளி தெய்வானையோடு இருக்க நடுவிலே சாலமன் பாப்பையா போல பிள்ளையார் அமர்ந்திருந்தார். பாரபச்சம் பார்க்காம எல்லாருக்கும் பொதுவா ஒரு கும்பிடு போட்டுவிட்டு, ஜீசஸ் முன்பாக இருந்த புனித நீரை மோதிர விரலால் தொட்டு நெத்தியில் ஒரு சிலுவையை போட்டுக்கொண்டு அதே விரலால் விபூதியை எடுத்து பூசிக்கொண்டான்.

"சே.... சாயங்காலம் ஆச்சுன்னா சாமி படங்களுக்கு ஒரு பூவைப் போட்டு ஒரு மெழுகுவத்தியோ, விளக்கோ ஏத்தி வச்சா நல்லாருக்குமென்கிற அறிவெல்லாம் கொஞ்சம்கூட கிடையாது" என்று புலம்பினான்.

"அறிவு உனக்குதான்டா இல்ல... கொஞ்சநேரத்துக்கு முன்னாடிதான் சொன்னேன், வயிறுவலி... மூணுநாளைக்கு விளையாட முடியாதுன்னு, துரைக்கு எல்லாத்தையும் விளக்கமா சொல்லணும்... பச்சபுள்ளன்னு நெனப்பு!"

ஜெஸி சொல்வதை காதில் வாங்கிக்கொண்டதாகத் தெரிய வில்லை. ஊருக்கு எடுத்துச் செல்லும் பேக்கில் எல்லாம் சரியாக இருக்கா என பார்த்துவிட்டு வேண்டா வெறுப்பாய் ஒரு கட்டிப்பிடி வைத்தியம் செய்தான். அவளும் எதுவுமே நடக்காத மாதிரி கணவனின் நெஞ்சிலே சாய்ந்து கொண்டாள். வெட்கம் கெட்ட செம்மங்க, எப்போதும் எலியும் பூனையுமாய் இருந்ததாலும் கட்டிப்பிடிச்சதும் கரெக்டா புருசன் பொண்டாட்டியா மாறிடுதுங்க.

"சரி கிளம்புறேன் நீ மாத்திரை போட்டுக்கோ, சும்மா சும்மா போடாதே, வலி ஜாஸ்தி இருந்தா மட்டும் போடு."

"ஓகே... நீ... நாஞ்சொன்னத மறந்திடாத, இந்த முற கண்டிப்பா வேலைய முடிச்சிட்டுதான் வரணும், போன்ல எவ்வளவோ பேசியும் முடிக்க முடியல, இத முடிச்சாதான் நம்ம வழிய பார்க்க முடியும், அப்புறம் அவங்கள பாத்தேன் ஆட்டுக்குட்டியை பாத்தேன்னு காச விரயம் பண்ணிக்கிட்டு வராத.... நமக்கு என்ன வேலையா போறமோ அதுமேலதான் குறியா இருக்கணும்... இது முடியலேனா நமக்குள்ள பிரச்னை முத்தத்தான் செய்யும் நான் உன்கூட நிரந்தரமா இருக்கணும்னா நான் சொல்லுறத கேளு" என்று பயமுறுத்தினாள்.

புருஷனுக்கும் பூம் பூம் மாட்டுக்கும் என்ன வித்தியாசமின்னு கேட்டா. பூம் பூம் மாடு தலைய மட்டும் ஆட்டுமாம். புருசன் தலையோட சேர்த்து மாவும் ஆட்டுவானாம். இங்கே சிவாவுக்கு தலைய ஆட்ட மட்டும் உத்தரவு தரப்பட்டது. சரின்னுட்டு புறப்பட்டான்.

"சிவா.... சாப்பாடு வேண்டாமா?"

"வேண்டாம். எப்படியும் அவுட்டர்ல போயி ஒரு கடை யில போடத்தான் போறான்... அங்க பாத்துக்கிறேன்" என்று திரும்பி பார்க்காமல் நடையைக் கட்டினான்.

பஸ்ஸில் ஏறி அமர்ந்ததும் மனைவிக்குத் தகவல் சொல்ல வேண்டும் என தோணவில்லை. அண்ணனுக்கு போன் போட்டு புறப்பட்டு விட்டதாகவும் அப்பாவிடம் சொல்லவும் சொன்னான்.

ஒரு சாதாரணமான நடுத்தர விவசாய குடும்பத்தில் பிறந்த சிவாவின் சொந்த ஊர் மதுரை. அப்பாவும் ஒரு அண்ணன்,

அண்ணி மற்றும் இரு குழந்தைகள் இருக்கின்றனர் சிவாவின் அம்மா அவனது சிறு வயதிலேயே இறந்துவிட்டார்.

சிவாவிற்கு ஐ.சி.எஃப் ரயில்பெட்டி இணைப்புத் தொழிற் சாலை, சென்னையில் கூடைப்பந்து விளையாட்டின் மூலமாக ஸ்போர்ட்ஸ் கோட்டாவில் பணியில் அமர்ந்தான். பத்தாம் வகுப்பில் தோல்வியுற்றதும் அப்பா எவ்வளவோ வற்புறுத்தியும் தொடர்ந்து படிக்க விருப்பமில்லாமல் வேலைக்கு ஏதாவது போகிறேன் என்றான்.

ஒரு ஜோசியக்காரரிடம் கூட்டிப்போய், அவர் சிவாவின் ஜாதகத்தை காட்டினார். அவரோ,

“இந்தப் பையனின் ஜாதகத்தில் கலைவாணி குடியிருக்கிறாள். ஆஹா.... ஓஹோ..!” என்று சொல்லிவிட்டார். ஒருவழியாக படிப்பைத் தொடர்ந்தான். பத்தாவது தேறியதும் ஏற்கனவே நன்கு கூடைப்பந்து ஆடக்கூடிய சிவா படிப்புடன் விளையாட்டு துறையில் முன்னேற வேண்டும் என்பதற்காக பிளஸ் டூ மற்றும் டிகிரி சேர்த்து ஐந்தாண்டுகள் சென்னையில் படித்தான்... படிக்கும்போதே தமிழ்நாடு மாநில அணி மற்றும் மெட்ராஸ் யூனிவர்சிட்டி அணிகளில் ஆடியதால் படிப்பு முடிந்ததும், வேலையும் கிடைத்தது.

ஜெஸி சென்னையில் மூன்று சகோதரிகளுடன் பிறந்து வளர்ந்த பெண், எத்திராஜ் கல்லூரி, பி.ஏ.,வரலாறு, கூடைப்பந்து வீராங்கனை, தமிழ்நாடு கூடைப்பந்து மகளிர் அணி கேப்டனா இருந்தவள், அப்பா சின்ன வயசுலேயே தூத்துக்குடியில் இருந்து சென்னைக்கு வந்து மளிகைக்கடை வச்சி இன்னைக்கு ஓரளவுக்கு முன்னேறி இருக்காரு முன்னேற்றம் என்றால், ஐந்து வேலை ஆட்கள் அவர் கடையில் வேலை பார்க்கிறார்கள், அவ்வளவுதான்.

சிவாவுக்கும் ஜெஸிக்கும் நாலு வயசு வித்தியாசம். ஆல் இந்திய ரயில்வேஸ் அணி சீனியர் நேஷனல் பிரிப்பரேஷன் கேம்ப் ஆண், பெண் இரு அணிகளுக்கும் ஒன்றாகவே நடந்த போது சிவா ஐ.சி.எஃப் ரயில் இணைப்புப்பெட்டி தொழிற்சாலை அணியிலிருந்து தேர்வாகி, ரயில்வேஸ் அணிக்கு கேப்டனாக இருந்தான்.

ஜெஸிக்கு தெற்கு ரயில்வேஸ் ஸ்போர்ட்ஸ் கோட்டா வேலை, அந்த கேம்பிலதான் ரெண்டுபேருக்கும் முதல்

சந்திப்பு, ஜெஸி சிவாவோட விளையாட்ட ரசித்தாள், சிவா அவளையே ரசித்தான், சிவா த்ரீ பாயிண்ட் போட்ட மாதிரி டக்கென்று தன்னோட காதலை சொல்லிவிட்டான்.

ஜெஸிக்கும் சந்தோசமாக இருந்தது, அப்போதுதான் அவளும் தன்னை அறியாமலே விரும்பியிருக்கிறாள் என்பது தெரிய வந்தது. சிவா இந்து, ஜெஸி கிறிஸ்துவம், ரெண்டு வீட்டிலேயும் பிரச்னை, கடைசியில் மூன்று வருடங்களுக்கு முன் நண்பர்கள் துணையுடன் பதிவு திருமணம், ரெண்டு பேரும் வீட்டைப் பற்றி கவலைப்படவில்லை, ரெண்டு பேருமே வேலையில் இருக்கும் தைரியம், சிவா ஜெஸி வீட்டிற்கும், ஜெஸி சிவா வீட்டிற்கும் போவதில்லை ஆனால் இருவரும் அவரவர் வீட்டுக்கு செல்வதுண்டு, ஜெஸியோட அப்பா மட்டும் மகளோட இன்னும் பேசவில்லை.

சிவா வீட்டில் அப்படி அல்ல அனைவரும் பேசுவார்கள், மருமகளை அழைத்து வரவும் சொன்னார்கள் திருமணத்திற்கு யாருமே சம்மதிக்கவில்லை என்பதால் ஜெஸி சிவாவுடன் ஊருக்கு செல்வதில்லை. இவ்வாறாக மூன்று ஆண்டுகள் ஓடிவிட்டன, சிவாவிற்கு சீக்கிரம் தந்தை ஆக வேண்டும் என ஆசை ஆனால் ஜெஸியோ முதலில் வீடு வாங்க வேண்டும் அதன் பிறகுதான் குழந்தை குட்டியெல்லாம் என்று முடிவாக இருக்கிறாள்.

தற்போது ஒரு வீடு விலைக்கு வந்திருக்கிறது அதை எப்படியாவது வங்கியில் கடன் வாங்கியாவது வாங்கிவிட வேண்டும் என துடியா துடிக்கிறாள், ஆனாலும் முன் பணம் செலுத்த பத்து லட்சம் இல்லாததால் சிவாவை சொந்த ஊரில் அப்பாவின் பெயரில் இருக்கும் கொஞ்ச விவசாய நிலம் ஒரு வீடு இதில் ஏதாவது ஒன்றை வித்து காசாக்கி வரவேண்டும் என கடந்த ஆறு மாதமாக ஒரே சண்டை.

வீடு வாங்கும் பேச்சு வரும் வரை இருவரும் சந்தோஷமாகத்தான் இருந்தார்கள், அப்பாவிடம் சொத்து கேக்கும் எண்ணம் சிவாவிடம் இல்லை என்றாலும் சில தலையணை மந்திரம் மனதை மாற்றி விடுகின்றது, இது பற்றி பலமுறை அப்பா மற்றும் அண்ணனிடமும் ஜாடை மாடையாக பேசியாகிவிட்டது, அவர்களும் ஏதோ சாக்கு போக்கு கூறிவந்தனர், நேரடியாக சென்றால்தான் வேலை நடக்கும் என்று புண்ணியவதி ஜெஸியின் யோசனைப்படி சிவா ஊருக்கு புறப்பட்டான்.

கடந்த ஆறு மாதத்தில் பல பிரச்னைகள், பல சண்டைகள் ஒவ்வொரு முறையும் எனக்கும் அரசாங்க வீடு கிடைக்கும் நான் போகிறேன் விவாகரத்து பண்ணிக்கிடலாம் என பொட்டியை தூக்கிக்கிட்டு புறப்படும் போதெல்லாம் காலில் விழாத குறையாக சமாதானம் செய்தாகிவிட்டது.

தற்போது வேறு வழி இல்லாமல் ஊருக்கு செல்ல வேண்டிய நிலை மனதில் பல எண்ணங்கள் ஓட தூங்கிப்போன சிவா

"மதுரை... மதுரை... மதுரையெல்லாம் இறங்கு" என்ற சத்தம் கேட்டு, முகத்தைத் துடைத்துக்கொண்டு உடமைகளுடன் இறங்கினான். ஒரு டவுன்பஸ் பிடித்து மதுரைக்கும் திருமங்கலத்திற்கும் இடையில் இருக்கும் தன் வீட்டுக்கு வந்தடைந்தான்.

அப்பா வீட்டு முன்பாகவே மரத்தடியில் கயிற்றுக் கட்டிலில் அமர்ந்திருந்தார். அவர்களுக்கிருந்த ஒரு ஏக்கர் நிலத்தில் ஒரு பக்கம் கத்தரிக்காயும் ஒரு பக்கம் தக்காளியும் விதைக்கப்பட்டிருந்தது வீடும் விவசாய நிலத்துக்குள் அடங்கியே இருந்தது, அப்பாவை பார்த்து காலை தொட்டு கும்பிட்டவனை நல்லாயிருப்பா என்று மனமார வாழ்த்தினார் அப்பா என்ற அறுபதைக் கடந்த முதியவர், மகன் என்ன விசயமாக வந்திருக்கிறான் என்ற விவரம் தெரியாத அப்பாவி மனிதர்.

அதற்குள் அண்ணியும் குழந்தைகளும் வெளியே வந்தனர், அண்ணியிடம் நலம் விசாரிக்கும் போதே தோட்டத்தில் தண்ணி பாய்ச்சிக்கொண்டிருந்த அண்ணனும் வந்துவிட்டான், அப்பாவிற்கு ஒரு கண் அறுவை சிகிச்சை செய்து கருப்பு கண்ணாடி அணிந்திருந்தார். விவரம் அறிந்து எனக்கு ஏன் சொல்லவில்லை எனக் கேட்டதும்...

"நீ பாவம் அங்க வேலையில இருக்க அந்தப் பொண்ண தனியா விட்டுட்டு வரணும், இங்கதான் பிள்ளைங்க இருக்காங்கல்ல, எதும் அவசரம் இல்ல அதான் சொல்லல" என்றார் அப்பா...

"குளிச்சிட்டு, சாப்பிட வாங்க" என்றாள் அண்ணி. வாங்கி வந்த பண்டங்களை அண்ணியிடம் கொடுத்துவிட்டு, குழந்தைகளை கொஞ்சிவிட்டு ஒரு வழியாக குளித்து, சாப்பிட்டு

முடித்த பின் மரத்தடியில் அப்பாவிடம் வந்து அமர்ந்தான்.

"சாப்பிட்டியாடா சிவா..?"

"சாப்பிட்டேம்பா."

'நாம் வளர்ந்த இந்த இடத்துல எவ்வளவு சந்தோசமான வாழ்க்கை வாழ்ந்திருக்கிறோம். இப்பவும் இந்த இடம் பார்க்கவே அருமையாக இருக்கிறதே, இந்த இடத்தையா விக்க சொல்லப்போறோம்... இதை எப்படி துவங்குவது?' என்று எண்ணிக்கொண்டிருக்கும்போதே...

"மருமகளையும் கூட்டிட்டு வந்திருக்கலாமில்ல?" என்றார் அப்பா.

"இல்லப்பா, இப்போ கொஞ்சம் வேலை ஜாஸ்தி. அடுத்த முறை கண்டிப்பா கூட்டிகிட்டு வறேன்..."

"அப்படியாப்பா. புரியுதுப்பா... புரியுதுப்பா. மருமகளுக்கு இன்னும் கோபம் தீரல போல. நான் என்ன கல்யாணம் வேண்டான்னா சொன்னேப்பா, அவுக ஏதோ வேற சாமி கும்புடுறவக, நீயும் அதத்தான் கும்புடணுமின்னாக. நானு சாமில என்னருக்கு... பிள்ளைக ஆசைப்பட்டுடாக முடிச்சி வெச்சிருவோமுன்னுதான் சொன்னேன். அப்புறம் அந்த பேச்சு அப்படியே நின்னு போச்சி. நீங்களும் வேலை பாக்கிற தைரியத்தில கல்யாணத்த முடிச்சிக்கிட் உங்க. நான் ஒரு கோட்டிக்காரப்பய. அப்பவே சரின்னுருக்கணும், சரி... நல்லா இருக்கீகள்ல, அது போதும்..."

"என கலங்கிய கண்களை கருப்புக் கண்ணாடியை விலக்கிவிட்டு லேசாகத் துடைத்துக்கொண்டார்.

அதற்குள் அண்ணன் அங்கே வந்தான்.

"அப்புறம் சிவா வேலையெல்லாம் நல்லா போகுதா? ஏதோ முக்கியமான விஷயமா பேசணுமின்னு போன்ல சொன்னியே, சொல்லு" என்றான் அண்ணன்...

"அது... அது... அது வந்து அப்பாவும் நீயும்தான் எனக்கு கொஞ்சம் உதவி செய்யணும்..."

"என்ன சொல்லு..?" என்று அப்பா கேட்டார்.

"இல்லப்பா... வீடு ஒண்ணு விலைக்கு வந்திருக்கு... ஒரு

பத்து ரூபா குறையுது... விளையாட்டிலேயே இருந்ததால ஊர் ஊரா சுத்தி கையிருப்புன்னு எதுவும் இல்ல... அதான் இருக்குற நிலத்துல பாதி வித்து பணமா குடுத்தேங்கன்னா, கொஞ்சம் அந்த வீட்டைக் கிரயம் பண்ணீரலாம். எப்போவோ பண்ணப்போறதை இப்போவே பண்ணிட்டா... கொஞ்சம் செட்டிலாகச் சிரமப் படமாட்டேன்...” என்று தயங்கித்தயங்கிச் சொன்னான் சிவா.

அருகில் இருந்த அண்ணன் வெறித்து எதையோ பார்த்துக்கொண்டு அமைதியாக இருந்தான்.

எல்லாம் கேட்டுவிட்டு இழுத்து ஒரு பெருமூச்சை விட்டு, சிறு அமைதிக்குப் பிறகு பேச ஆரம்பித்தார் அப்பா,

“நீ சொல்லுறதெல்லாம் சரிதாம்பா... ஆனா என்ன பத்தியும் உன் அண்ணனப் பத்தியும் கொஞ்சம் யோசன பண்ணிப்பாரு.. சரி எங்க ரெண்டுபேரையும் விடு... அந்தா அங்க விளையாடுதுக பாரு வெவரம் தெரியாத சின்ன பிள்ளைக அதுகள பத்தியாவது கொஞ்சம் நெனச்சிப் பாரு... உனக்கு என்ன குறை உன் பொஞ் சாதியும் வேலைக்குப் போறா. எங்களோட வாழ்வாதாரமே இதுலதான் அடங்கிக்கிடக்கு இருக்குற கொஞ்ச நிலத்துல எட்டுவழிச்சாலைனு சொல்லி கொஞ்சம் புடிங்கிக்கிட்டான். விவசாயத்துக்கு மரியாதை இல்லாம போச்சி... நீ பொடிப்பயலா இருக்கும்போதே உங்காத்தாளுக்கு என்ன அவசரமோ, மகராசி போய்ச் சேந்துட்டா. உனக்கு மூணு வயசு, உன் அண்ணனுக்கு பதினோரு வயசு. ஊரே சேந்து வந்து சொல்லுச்சு. ‘ஏலே காளியப்பா, இன்னொரு தாரத்தைக் கட்டிக்கோ உனக்கென்ன வயசா போயிடிச்சி’ன்னாக. கோடி ரூபா கொடுத்தாலும் இன்னொருத்தி வேண்டாம்னு, வர்றவ என் புள்ளைகள என்ன பாடு படுத்துவாளோனு வைராக்கியமா இருந்துப்புட்டேன்.

...நீ சின்னப்பயலா இருக்கியேன்னு நான் பாத்துக்கிடுதேன்னு பள்ளிக்கூடத்துக்கு போறதையும் நிறுத்திப்புட்டான், உங்க அண்ணன்... நீ வெளியூர்ல போயி படிக்கணுமுன்னதும் அஞ்சு வருசத்துக்கு படிக்க இந்த நிலத்தை அடமானம் வச்சுதான் படிக்க வச்சிருக்கு, நீயும் வேலைக்குப் போயி சல்லிக் காசு குடுக்கல. இந்தா உங்கண்ணங்காரந்தான் வேகாத வெயில்ல விவசாயம் பாத்து கொஞ்சம் கொஞ்சமா அந்தக் கடனெல்லாம் அடச்சிக்கிட்ருக்கான்...

...நான்கூட தம்பிகிட்ட கொஞ்சம் பணம் கிணம் கேளேண்டான்னு சொன்னப்போ, வேண்டாம்பா சின்னப்பய சந்தோசமா இருக்கட்டும் அப்படின்னுட்டான். உங்காத்தாக்காரி மட்டும் அல்ப ஆயிசுல போகலேன்னா உங்கண்ணனையும் உன்னமாரி பெரிய படிப்பெல்லாம் படிக்க வச்சிருப்பேன். ஆத்தா இல்லாம வளர்ற பிள்ளையாச்சேன்னு எல்லா கஷ்டத்தையும் நாங்களே வச்சிகிட்டோம். சரி இன்னைக்காவது இங்க உள்ள நிலவரம் உனக்கு தெரியட்டுமே அப்படிங்கிறதுக்குத்தான் சொல்லுறேன்...

சரி... அதை விடு. உங்க அண்ணிக்காரி ஒண்ணும் நம்ம சொந்தம் கிடையாது. சொத்தைப் பிரிச்சி கொடுத்துட்டமின்னா, நான் இங்க ஆறு மாசம் அங்க ஆறுமாசம் அப்டிங்கிறதெல்லாம் நடக்காது. என் சின்ன மருமகளை நான் பாத்ததுகூட இல்ல. அவகிட்ட போயி எப்படி பச்சைத்தண்ணி கேக்கிறது. நான் சாகுற வரைக்கும் வீடும் நிலமும் என் பேருல இருந்தாதான் எனக்கு ஒரு வா காப்பித்தண்ணி கெடைக்கும்!" என்று நிறுத்தினார்.

எல்லாம் கேட்ட சிவா, சற்று கோபமாகவே... "என்னப்பா கதை விடுறீங்க... விவசாயமில்ல... நிலம் அடமானத்தில் இருக்கு... வட்டி கட்டுறோம் என்றெல்லாம். இந்தா கண்ணு முன்னால விளைஞ்சி நிக்கிதுதே எங்க போகுது. உங்களுக்கு பிடிக்காத பொண்ண கட்டிக்கிட்டேன்னு ஒதுக்கிவிட பாக்குறீங்களா... அதெல்லாம் நடக்காது... எனக்குன்னு என்னத்த கொடுத்தேங்க இந்த நிலத்தில இருந்து... நீங்க சொல்லுற பொய்யெல்லாம் நம்ப மாட்டேன். எனக்கு சொத்தைப் பிரித்துக் கொடுங்க..!" என்றான் காட்டமாக.

இதுவரை பொறுமையாக இருந்த அண்ணன் பேச ஆரம்பித்தான்: "என்ன தம்பி பேசுற..? அப்பா உனக்கு ஒண்ணும் செய்யலையா... இன்னிக்கும் படிச்சு ஒரு வேலையில இருக்கேன்னா அதுக்கு அப்பாதான காரணம்... நீ பத்தாவது பெயில் ஆனதும் படிக்க மாட்டேன்னு சொல்லும்போது உன்ன அப்படியே விட்டிருக்கணும், இன்னைக்கு எங்கூட நின்னு வேகாத வெயில்ல கஷ்டப் பட்டுக்கிட்டு இருந்திருப்பே, ஆனா அப்பா மூத்த பயதான் படிக்கலை சின்னப் பயலாவது படிக்கட்டுமேன்னு புத்தி சொல்லி படிக்க வச்சாரு... இன்னைக்கு அவரு சொல்லுறது எல்லாம் உனக்குப் பொய்யாகப் படுது"

இதைக் கேட்ட சிவா, "ஹ்ம்... இப்பத்தானே புரியுது..! நீயும் ஒரு கூட்டுன்னு... தம்பி வெளியூர்ல இருக்கான் தனியா சொத்தை அமுக்கிடலாமுன்னு நெனைக்கே! அப்பா என்ன புத்தி சொன்னாரு... என் ஜாதகம் நல்லா இருந்தது ஜோசியரு சொன்னாரு இவனுக்கு நல்லா படிப்பு வரும்... இந்த பையன் பெரிய ஆளா வருவான்... அப்படின்னு. நானும் நல்லா படிச்சேன், இன்னைக்கு நல்ல வேலையில இருக்கேன்" என்றான்

"உன்ன மாதிரி ஆளுங்களுக்கெல்லாம் அப்பாங்க சொல்லுற உண்மையை விட ஜோசியரு மாதிரி மூணாவது மனுசன் சொல்லுற பொய்த்தாண்டா புடிக்கும்...அப்பா பொய் சொல்லுறாரு, பொய் சொல்லுறாருனு சொல்லுறியே... அப்பா இப்ப வரை சொன்ன எல்லா உண்மைகளும் அவரு சொன்ன ஒரே ஒரு பொய்ய காப்பாத்தணும் அப்டிங்கிறதுக்குதான்டா... அந்தப் பொய்ய மெய்யாக்குறதுக்குத்தான் வீடு நிலம் எல்லாத்தையும் அடகு வச்சி உன்ன படிக்க வச்சாரு... நீ நம்பிக்கிட்டு இருக்கியே ஜோசியரு அந்த ஜோசியரை நீ நல்லா படிப்பே உன் நாக்குல சரஸ்வதி குடியிருக்கா அப்படின்னு பொய் சொல்ல சொன்னதே அப்பாதாண்டா வெங்காயம்..!"

சிவாவுக்கு தூக்கி வாரிப்போட்டது!

சிவா புரியாதவனாக விழித்தான்...

அண்ணன் தொடர்ந்தான், "உன்ன ஜோசியர்கிட்ட கூட்டிக்கிட்டு போறதுக்கு முதல் நாளே நானும் அப்பாவும் உன் ஜாதகத்தை எடுத்துக்கிட்டு அந்த ஜோசியருகிட்ட காட்டினோம். உன் ஜாதகத்தைப் பார்த்த ஜோசியர் இந்தப் பையனுக்கு படிப்பே வராது. ஏதாவது தொழில் பண்ண வைங்க, அவன் பொழப்பு ஓடிரும் அப்படின்னாரு. இதக் கேட்ட அப்பா, சாமி அவன் ஜாதகத்தில எப்பிடி வேண்டுமானாலும் இருந்துட்டு போகட்டும்... நாளைக்கு என் மகனை உங்ககிட்ட கூட்டிக்கிட்டு வருவேன்... நீ நல்லா படிப்பேப்பா அப்படின்னு ஒரு வார்த்தை மட்டும் சொல்லுங்க. இந்த உபகாரம் மட்டும் எனக்கு நீங்க பண்ணிட்டேங்கன்னா. உங்கள வாழ்நாள் முழுதும் மறக்க மாட்டேன் அப்படினு சொன்னாரு.

அதுக்கு ஜோசியரு, என்னய ஒரு நல்ல காரியம் பண்ண சொல்லுறீங்க... மறுப்பேனா.... கவலைப்படாமப் போங்க

நாளைக்கு பையனோட வாங்க... பேஷா பண்ணிடலாம் அப்படின்னாரு. ஆக அதுவரைக்கும்தான் உண்மை அதுக்கப்பறம் என்ன நடந்துச்சு அப்படிங்கிறது உனக்கே தெரியும்..." என்று சொல்லிவிட்டு, அப்பாவைப் பார்த்தான் அவர் கருப்புக் கண்ணாடியை கழற்றிவிட்டு கண்களைத் துடைத்துக்கொண்டிருந்தார்.

இதையெல்லாம் கேட்ட சிவாவின் கண்களில் கண்ணீர் வரத்துவங்கியது. மெல்ல அழத்தொடங்கிய சிவா, தன்னையும் அறியாமல் சாஷ்டாங்கமாக அப்பாவின் காலில் விழுந்து, "அப்பா என்னை மன்னித்துவிடுங்கள்..." என்று கதறினான். அருகில் இருந்த அண்ணனும் கண்கலங்க... அங்கே ஒரு பாசப் போராட்டமே நடந்து கொண்டிருந்தது. தூரத்தில் இருந்து அண்ணியும் குழந்தைகளும் பார்த்துக்கொண்டிருந்தனர். அனைவரும் நிம்மதி அடைந்தனர்.

சிவா, இனி இதுபற்றி பேசப்போவதில்லை என முடிவு செய்தான். மனைவியின் அழைப்பு வந்ததும்... மணி அடித்ததும் நல்ல சகுனம் என தோன்றியது. போனை எடுத்துப் பேசத் துவங்கினான்... "ஹாங்... எல்லாம் நல்ல படியாக முடிஞ்சது நாளை காலையில வந்துடுவேன்" என்று அழைப்பைத் துண்டித்தான்.

சாயங்காலம் ஆனதும் ஊருக்கு புறப்பட்ட சிவாவிற்கு மனைவி சொன்னது நினைவிற்கு வந்தது. 'அவங்கள பாத்தேன். ஆட்டுக் குட்டியப் பார்த்தேன்னு காச விரயம் பண்ணிட்டு வந்துறாதடா...' டா... ஊருக்குப் போனதும் முதல்ல இந்த டாவை மாத்தணும்... மறுபடியும் விவசாய நிலத்தை விற்பது பற்றிப் பேசினால் அவளையும் மாத்தணும்!

பர்ஸில் இருந்து பத்தாயிரம் எடுத்தான். வாங்க மறுத்த அப்பாவின் கைகளில் திணித்தான். 'எவன் சொன்னது சொந்த பந்தங்களுக்கு செலவு செய்வதை விரயம்?' என்று எண்ணிக் கொண்டு, பணத்தைக் கொடுக்கும்போது மனைவியை நாலு சாத்துச் சாத்துவதுபோல நினைத்துக்கொண்டான். விடை பெற்றுப் புறப்பட்டான். கிடைத்த பஸ்ஸில் ஏறி அமர்ந்து நிம்மதிப் பெருமூச்சுவிட்டான்.

அங்கே மனைவி நல்ல செய்திக்காகக் காத்திருப்பாள்... காத்திருக்கட்டும்... 'கவலைப்படாதே கண்ணே... நல்ல

செய்தியோடுதான் அத்தான் வருகிறேன்' என்று எண்ணிக் கொண்டான்... மறந்தும் போனான்.

அப்பாவின் முயற்சிகள் நினைவுக்கு வந்து தாக்கிய, அவர் பட்ட கஷ்டங்களை புரிந்துகொண்டோம் என்ற சந்தோசம் எட்டிப் பார்த்தது... அப்பா எவ்வளவு நல்ல முடிவை எடுத்திருக்கிறார், என்னுடைய படிப்பிற்காக. சும்மாவா சொன்னான் வள்ளுவன்...

"பொய்மையும் வாய்மை யிடத்த புரைதீர்ந்த
நன்மை பயக்கும் எனின்"

அப்பா படிக்காத மேதைதான்...

'படித்ததனால் அறிவு பெற்றோர் ஆயிரம் உண்டு, பாடம் படிக்காத மேதைகளும் பாரினில் உண்டு...'

எண்ணிக்கொண்டே தூங்கிப் போனான்.

காலையில் சென்னை... ஆட்டோ பிடித்து வீடு வந்தடைந்தான். மனைவி மகிழ்ச்சியுடன் வரவேற்றாள்.

"என்னாடா ஆச்சி என்றாள்..?"

"முதல்ல இந்த டாவை நிறுத்து!" என்றான் "ஒண்ணும் ஆகல... கண்களை விற்று ஓவியம் வாங்க எனக்கு இஷ்டமில்லை. உனக்கு என்கூட இருக்கணும்னா இருக்கலாம்.... இல்லேன்னா... உன்னோட பேக்கிங் நானே பண்ணிகுடுக்கிறேன்!" என்று சொல்லிவிட்டு பதிலுக்கு எதிர்பாராமல் அலுவலகம் புறப்பட்டான்... மகிழ்ச்சியுடன்!

ஜன்னலோரக் கதவில் சத்தம்...

'டொக்... டொக்... டொக்..!'

சற்று முன்னே உறங்கச்சென்ற ரவிக்கு, யாரோ பக்கத்து வீட்டுக் கதவைத் தட்டும் சத்தம் கேட்டது.

யோசிக்கலானான்... யாரா இருக்கும் இந்நேரம்?

மொபைலில் மணி பார்த்தான்... மணி இரவு பத்தேமுக்கால் என்றது, அன்புக் காதலி மொபைல்.

விளக்கைப் போட்டு ஜன்னல் வழியே எட்டிப் பார்த்தான் யாரும் தென்படவில்லை வெளியே... ஒருவேளை அவங்க அம்மாவா இருக்குமோ... அம்மாவா இருந்தா பெயர் சொல்லிக் கூப்பிட்டிருப்பங்களே... அதுவும் போக அம்மாவுக்கும் மகளுக்கும் பேச்சுவார்த்தை நின்று பல வருசமாச்சே. சரி... யாராக இருந்தால் நாமெக்கென்ன என்றெண்ணி உறங்க முற்பட்டான்.

மீண்டும் 'டொக்..டொக்..!'

இம்முறை முன்னைவிட சற்று வேகமாகத் தொடர்ந்தது...

விருட்டென எழுந்து விளக்கைப் போட்டான். கதவைத் தட்டும் சத்தம் நின்றது. மீண்டும் விளக்கை அணைத்துவிட்டு படுக்கைக்கு வந்து படுத்தான்.

ரவியின் படுக்கையறை தொட்டே அடுத்த வீடும், அது ரெம்பவே பழைய வீடு என்றுதான் சொல்ல வேண்டும், மரக்கதவுகள் கொண்டது, அதை லேசாகத் தட்டினாலே ரவியின் படுக்கையறை ஜன்னல் வழியாகச் சத்தம் வந்துவிடும்.

இரண்டாவது தொடர் ‘டொக் டொக்’குக்குப் பின், மூளை யோசிக்கத் துவங்கியது வேறுவிதமாக...

‘சேச்சே... அப்படியெல்லாம் அந்த அக்கா கிடையாது... அப்படி எதுவும் இருந்தா சத்தமில்லாமத்தான நடக்கும் டொக்... டொக்... எதற்கு..?

அப்படி இருந்தாலும் நமக்கென்ன..? அது அவங்களோட தனிப்பட்ட விசயம். வயித்துப்பசி மாதிரிதான அதுவும், ஆக அவங்க தனியா இருக்காங்க, அதை தெரிஞ்சிக்கிட்டு ஏதோ திருட்டு நாய் பண்ணுற வேலை இது’ என எண்ணிக் கொண்டிருக்கும்போதே, மூன்றாவது முறையாக அதே சத்தம் தொடர்ந்து கேட்டது...

இம்முறை அவசரப்பட்டு விளக்கைப் போடாமல், பதற்றப்படாமல் மொபைலில் டார்ச்சை ஆன் செய்து வெளிச்சம் வெளியே தெரியாதவாறு கை வைத்து மறைத்துக்கொண்டு இருட்டிலேயே ஜன்னல் வரை வந்து பட்டென்று டார்ச் வெளிச்சத்தை வெளிப்புறம் செலுத்தினான். சத்தம் நின்றது... விருட்டென்று அந்தத் திருட்டு நாய் ஓடியது. ஜன்னல் பக்கம் தெரியக்கூடாது என அப்படியே அவனது வலதுபுறம் திரும்பினான்.

இம்முறை அறையின் விளக்கை போட்டுவிட்டு படுக்கைக்கு வந்தான்,

‘நம்ம அந்த அக்காகிட்ட இதுவரைக்கும் பேசுனதுகூட கிடையாது அதுக்கான அவசியமும் படவில்லை. பாவம் அந்த அக்கா... ஒரு டைம்ல எவ்வளவு அழகாக இருந்தாங்க! அவங்க அப்பா பலசரக்குக் கடை நடத்தும்போது அவ்வப்போது கடையில வியாபாரத்தைக் கவனிப்பாங்க. அப்ப மட்டும் இளவட்டப் பசங்க கூட்டம் கடையில இருக்கும்.

நம்ம ஆறாம் வகுப்பு படிக்கும்போது அவங்க பத்தாம் வகுப்பு படிச்சாங்க, நம்ம அம்மாதான் அவங்களுக்கு கணக்கு டீச்சர். பன்னிரெண்டாம் வகுப்போட படிப்பை நிறுதிட்டாங்க. திடீர்னு ஒரு பையன கலப்புத் திருமணம் பண்ணிக்கிட்டு வந்து நின்னாங்க. அன்னைக்கு ரெண்டு பேரு வீட்டில இருந்தும் ஒதுக்கி வச்சதுதான், இன்னைக்கு வரைக்கும் பக்கத்துல இருந்தும் அப்பா, அம்மா பேசுவதில்லை... பாவம்!

புருசன் அல்ப ஆயுசுல, விபத்துல இறந்துபோய்ட்டான். நீ வந்த நேரம்தான் எங்க புள்ள போய் சேர்ந்துட்டான்னு இன்னமும் பையன் வீட்டுக்காரங்க கரிச்சிக் கொட்டுறாங்க. இருபத்தி ஏழு வயசிலேயே இவ்வளவும் பார்துட்டாங்க. இப்ப எவனோ நாதாரிப்பய நைட்டுல வந்து கதவ தட்டுறான். இவங்க காதலிச்சது தப்பா, இல்ல காதலிச்சி கலப்பு திருமணம் செய்தது தப்பா, இல்ல கல்யாணமான ரெண்டே வருசத்துல கணவன் இறந்து போனது தப்பா, இல்ல ரெண்டு வீட்டுக்காரங்களும் இவங்கள கைவிட்டது தப்பா, இல்ல இப்பவும் ரெம்ப அழகா இருக்காங்களே அதுதான் தப்பா... எது தப்புன்னே தெரியலையே..?

ஆனா, ஒண்ணு மட்டும் தெரியுது இதுல சம்மந்தப்பட்ட எல்லாருமே நாம செஞ்சதும், செஞ்சிக்கிட்டிருக்கிறதும்தான் சரி அப்படின்னு நினைக்கிறாங்க...' என்று எண்ணிக்கொண்டே தூங்கிப்போனான் ரவி. விடியும் வரை அந்தக் கதவைத் தட்டும் சத்தம் கேட்கவில்லை.

விடிந்ததும் வழக்கம்போல வெளியே வந்த அக்கா முற்றம் தெளித்துக்கொண்டிருந்தாள். வழக்கமான முகம் இல்லை அவளிடம். பாவம்! பயந்திருக்கலாம் அல்லது அழுதிருக்கலாம், 'சரி... இன்றைக்கு நாமே அவளது அலுவலகத்துக்குப் போய் கேட்கலாம்... ஏதாவது பிரச்னையா என்று. அங்கு சென்று கேட்பதுதான் சரி' என முடிவு செய்தான் ரவி.

அதன்படி பத்து மணிக்கு அவள் கணக்கு வழக்கு வேலை செய்யும் அந்தச் சின்ன தீப்பெட்டி ஆபீசுக்குச் சென்றான். வெளியே வேலை செய்துகொண்டிருந்த பெண்ணிடம் 'செல்வி அக்காவைப் பார்க்கணும்' என்றதும் தகவல் தெரிவிக்கப்பட்டது

வெளியே வந்தாள். ஆச்சரிய பார்வையுடன், "வா ரவி, என்ன இந்தப் பக்கம்... நயிட் மேட்டர் உனக்கும் தெரிஞ் சுடுச்சா?" என்றாள். நீயெல்லாம் எங்கூட பேசுனதே இல்லை. அதான் நான் யார் கிட்டயும் சொல்ல விரும்பல..." என அவளாகப் பேசிக்கொண்டிருந்தாள்.

"பேசலேன்னா என்ன அக்கா... பிரச்னைன்னா சொல்லலாமில்ல. அம்மா உங்க டீச்சர்தானே. சரி, இப்ப சொல்லுங்க... என்னாச்சு?" என்றான் ரவி.

“ஒரு மாசமா சாயங்காலமானா இங்க வந்துவிடுகிறான். வீட்டு வரைக்கும் பின்னாடியே வருகிறான். சொன்னா கேட்க மாட்டேன்கிறான். ஒரே தொல்லை. நேத்து ராத்திரி விசயம் தான் உனக்கும் தெரியுமே” என்றாள்.

“செருப்பைக் கழத்தி நாலு சாத்து சாத்த வேண்டியதானே அக்கா?” என்றான் ரவி.

“ஹ்ம்... நான் பத்தாவது படிக்கும்போது ஒரு பையன் என்ன கிண்டல் பண்ணுனான்னு அவன் கண்ணத்துல அறைஞ் சேன். அதுக்கு என்னைத்தான் குற்றம் சொன்னது இந்த உலகம். என்ன தைரியம் இருந்தா ஒரு பொட்டச்சி, ஆம்பள பயல கைநீட்டி அடிப்பான்னு... என்னைப் பெத்தவங்களே என்னைப் புரியாம திட்டினார்கள். பெத்தவங்க பிள்ளைங்களை புரிஞ்சிக்கிட்டா பிள்ளைக பெத்தவங்கள விட்டுப் போவாங்களா. என் வாழ்க்கையிலும் அதுதான் நடந்துச்சு, இன்றைக்கும் யாரு சப்போட்டும் இல்ல. அதான் நடு ரோட்டுல நிற்கிறது மாதிரி ஆகிப்போச்சி வாழ்க்கை..!” என்று கண் கலங்கினாள்.

“நீங்க சொல்வது சரிதான். கவலைப்படாதீங்க அக்கா... ஆள் யாருன்னு சொல்லுங்க சத்தம் போட்டு வைக்கலாம் என்று கேட்டு ஆளை தெரிந்துகொண்டு சில நிமிடம் செல்வி அக்காவிடம் பேசிவிட்டு அங்கிருந்து புறப்பட்டான் ரவி

ரவிக்கு அந்த நபரைத் தெரியும். திருமணமாகி ரெண்டு பிள்ளைங்களுக்கு தகப்பன். குடித்துவிட்டு கலாட்டா செய்யும் மனிதன். அடுத்த தெருவில்தான் குடியிருக்கிறான். ஆளைப் பிடிப்பதில் சிரமாமில்லை என அவனது தெரு நோக்கி நடந்தான்.

தெருவுக்குள் நுழைந்ததும் கும்பிடப்போன தெய்வம் ஒரு கடையில் நின்று பீடி குடித்துக்கொண்டிருந்தது. மெதுவாக அருகில் சென்று தோளில் கைவைத்து “அண்ணே, வணக்கம்! எப்பிடி இருக்கீங்க?” என்றான் ரவி.

“நான் இருக்கிறது இருக்கட்டும்... நீ யாருப்பா?” என்றான்.

“வாங்க அண்ணே, எல்லாம் ஒண்ணுக்குள்ள ஒண்ணுதான் அந்த கோவிலு பக்கம் போயி பேசலாம்” என்று குடித்திருந் தவனை அன்பாக அழைத்து ச்சென்றான்.

“நேத்து நயிட் நம்மள பாக்க வந்துட்டு பாக்காமலே போய்ட்டீங்களே..?”

கொஞ்சம் யோசித்தவன், “நேத்து நயிட் நான் ஊரிலேயே இல்லப்பா...” என்றான்.

“பொய் சொல்ல வேண்டாம். அந்த அக்கா சொல்லித்தான் நான் வந்திருக்கேன்” என்றதும் அவன் முகபாவம் மாறியது.

“பாவம் அண்ணே, அந்த அக்கா! விட்டுடுங்க அவங்களுக்கு புடிச்சிருந்தா பரவாயில்லை. அது தான் உன் மூஞ்சை பாக்கவே சகிக்கலைன்னு சொல்லிடிச்சில்ல. அப்புறம் புடுங்கிறதுக்காடா நயிட்டுல வந்து கதவைத் தட்டுறே... நாயே... நீ அங்க வந்து கதவை தட்டுனேனா... நான் உன் வீட்டுல வந்து கதவைத் தட்டுவேன்!” என்றான் ரவி.

குடிகார அண்ணாச்சிக்கு அலைகடலென கோவம் வந்தது மட்டுமல்லாமல், “நீ அவள வச்சிருக்கியா..?” என்றான்.

“அது என்னடா இந்த உலகத்துல எந்த ஒரு ஆம்பிளை, ஒரு பொண்ணுக்காக பரிஞ்சு பேசுனாலும், உடனே நீ அவள வச்சிருக்கியானு கேட்குறீங்க..? இதைத் தவிர உங்களுக்கு வேற வார்த்தையே தெரியாதாடா... கொஞ்சம் மாத்தி யோசிங்கடா? கூடப் பிறந்த தம்பியே அக்காவுக்காகா பரிஞ்சு பேசுனாலும், நீ அவள வச்சிருக்கியான்னுதான் கேக்குறீங்க..! ஆமாடா, நாங்க வச்சிருக்கோம்..!” என்றதும்,

“என்னது... நங்களா..?” என்றான் இரவு வேட்டைக்காரன்.

“புரியலேல உனக்கு..! அதாவது எங்க குடும்பம் அவங்கள பத்திரமா எங்க வீட்டுப் பக்கம் வச்சிருக்கோம். நீ இன்னிக்கு சாயங்காலம் பேக்டரி பக்கம் போய் பாரு ஒரு ஆம்பளை யின்னா... அப்புறம் என்ன நடக்குது பாரு!” என்றான்.

“டே பாருடா... இன்னைக்கு என்ன நடக்குதுன்னு!” என்று கர்ஜித்துவிட்டுக் கிளம்பியது குடிகாரச் சிங்கம்.

“சரி அப்போ நான் வருகிறேன், நான் வந்த வேலை முடிந்தது” என்று கிளம்பினான், திடகாத்திரமான M.Sc கம்ப்யூட்டர் சயின்ஸ் படிக்கும் இருபத்தி இரண்டு வயது அழகான பையன்!

மாலை ஆறு மணிக்கு, செல்வியின் வீட்டைப் பார்த்தான் ரவி... கதவு திறக்கப்படாமல் பூட்டிக் கிடந்தது.

சரி வரட்டுமென்று தனது வீட்டு வாசலில் வந்து அமர்ந்து கொண்டான்.

சற்று நேரத்தில் செல்வி வந்தாள்.

"என்னாச்சு அக்கா..?" என்றான் ரவி.

"நீ சொன்னது மாதிரிதான் செய்தோம் ரவி..."

"நீ என்னைப் பார்த்துப் பேசிவிட்டுப் போனதும் விசயத்தை வீரலட்சுமி அக்காவிடம் சொன்னேன். இத்தனை நாளா என்கிட்ட ஏன் சொல்லலைன்னு கோவிச்சுக்கிட்டாங்க. அப்புறம், எப்படியும் வருவான்னு தயாரா இருந்தோம்...

அஞ்சு மணிக்கெல்லாம் கரெக்டா அவன் வந்து நின்னான். வீரலட்சுமி அக்கா என்னை முதலில் வெளியே போகச் சொன்னாங்க. நான் வெளிய வந்ததும், 'என்னடி வீட்டுக்கு வந்து கதவைத் தட்டினால் திறக்க மாட்டே... அப்புறம் தூது அனுப்புறே... என்ன நினைச்சிக்கிட்டிருக்கே'ன்னு அவன் சேட்டைய ஆரம்பிச்சிட்டான். என் பின்னாடியே வந்த வீரலட்சுமி அக்கா இன்னும் நாலு பொம்பளைங்க அவனைப் பிடிச்சி, 'தனியா இருக்கிற பொம்பளை வீட்டு காதவையாடா தட்டுற'ன்னு ஊமைக் குத்தா குத்தினாங்க. என்னை விட்ருங்க விட்ருங்கன்னு கத்துற அளவுக்குக் கதறடிச்சிட்டங்க! அப்புறம், மானேஜருக்குத் தெரிஞ்சு அவரு வெளியே வந்து, 'அவனோட வீட்டுக்குப் போயி, அவன் பொண்டாட்டிகிட்ட விவரத்தைச் சொல்லி விட்டுட்டு வாங்க'ன்னு அனுப்பிட்டாரு. அப்புறமா எல்லாரும் வீட்டுக்குக் கிளம்புனோம்!"

"வேற என்ன பண்ண முடியும் அக்கா, இந்த விஷயத்துல? நான் அவனை அடிச்சேன்னா, போலீஸ் கேஸ் ஆயிடும். அப்புறம் நான் இல்லை, எந்த ஆம்பளையாக இருந்தாலும் கம்பி என்ன வேண்டியதுதான். அதே வேலையை பெண்கள் செய்தால் பாராட்டுதான் கிட்டும், பாரதியின் புதுமைப் பெண்கள்னு. அதனால்தான் அவனை உசுப்பேத்தி அங்க அனுப்பிவிட்டேன்... சரியா?"

"ரெம்ப நன்றி!" என்றாள் செல்வி.

"நன்றியெல்லாம் எதுக்கு அக்கா... பரவாயில்லை..."

"ரவி, நீ அக்கான்னு கூப்பிடுறது எனக்குப் புடிக்கல... புரிஞ்சிக்கோ என் நிலைமைய..." என்று கூறிவிட்டு, "சே... இந்த வீட்ல இருக்கிறது ஒரே பூட்டு. அதுக்கான சாவிகூட சமயத்துல கிடைக்க மாட்டேங்குது..." என்று ரவியை உற்றுப் பார்த்துக்கொண்டே கைப்பையில் கையைவிட்டு, தேடாமலே சாவியைத் தேடினாள் செல்வி.

"உங்க... உன் நிலைமை எனக்குப் புரியுது செல்வி... குடு நான் முயற்சி பண்றேன்..." என்று பையை வாங்கி, தேடாமலே சாவியைக் கையில் எடுத்த ரவி, "நீங்க தேடின சாவி கிடைச்சிருச்சு. இனி உங்க இஷ்டம்போல எப்போது வேண்டுமானாலும் பூட்டைத் திறந்துகொள்ளலாம்..." என்றான் கள்ளச் சிரிப்புடன்.

செல்வி வெட்கத்துடன் பூட்டைத் திறக்க ஆயத்தமானாள்.

●